சூன்யப் புள்ளியில் பெண்

நவல் எல் சாதவி

ஆங்கிலத்தில்

செரீப் எதாதா

ஆங்கிலத்திலிருந்து தமிழில்

சசிகலா பாபு

எதிர்
வெளியீடு

சூன்யப் புள்ளியில் பெண்
நவல் எல் சாதவி
தமிழில்: சசிகலா பாபு

முதல் பதிப்பு: டிசம்பர் 2018

எதிர் வெளியீடு,
96, நியூ ஸ்கீம் ரோடு, பொள்ளாச்சி - 642 002.
தொலைபேசி: 04259 -226012, 99425 11302.

விலை: ரூ.200

Women at Point Zero
Nawal El Saadawi

Copyright © Nawal El Saadawi, 1984, 2015
Woman at Point Zero was first published in year by Zed Books Ltd., London
This edition is published by arrangement with Zed Books Ltd.

Tamil Edition Copyright © with Ethir Veliyeedu.
Translated by: Sasikala Babu

First Edition: December 2018

Published by
Ethir Veliyeedu, 96, New Scheme Road, Pollachi - 2
email: ethirveliyedu@gmail.com
www.ethirveliyeedu.com

ISBN : 978-93-87333-47-5
Cover Design: Santhosh Narayanan
Printed at Manipal Technologies Limited, Manipal

All rights reserved. No part of this book may be reprinted or reproduced or utilised in any form or by any electronic, mechanical or other means, now known or hereafter invented, including photocopying and recording, or in any information storage or retrieval system, without permission in writing from the Publisher.

நவல் எல் சாதவி

1931இல் கெய்ரோவின் அருகிலுள்ள சிறு கிராமமொன்றில் பிறந்த நவல் எல் சாதவி, தனது சமூக வழக்கங்களுக்கு மாறாகப் பள்ளி சென்று பயின்றார். கடும் எதிர்ப்புகளிடையே 1955இல் கெய்ரோ மருத்துவக்கல்லூரியில் தன் மருத்துவப் படிப்பை முடித்தார். தொடர்ந்து மனநல மருத்துவராகப் பணிபுரியத் துவங்கினார். மருத்துவப் பணியின்போது அவர் சந்தித்த எகிப்தியப் பெண்களின் வாழ்வை அடிப்படையாகக் கொண்டே அவருடைய நூல்களை எழுதியுள்ளார். சாதவியின் முதல் புத்தகமான 'ஒரு பெண்மருத்துவரின் நினைவுக்குறிப்புகள்' 1958இல் கெய்ரோவில் வெளியாகியது.

1963 முதல் 1972 வரை எகிப்திய அரசின் பொது சுகாதாரக் கல்வித் துறையின் நிர்வாக இயக்குநராக சாதவி பணியாற்றினார். இக்காலக் கட்டத்திலேயே, நியூயார்க்கின் கொலம்பியா பல்கலைக்கழகத்தில் பயின்றுவந்த சாதவி, 1966இல் பொது சுகாதாரக் கல்வியில் முதுகலைப்பட்டம் பெற்றார். எனினும், அரசியல் நிர்பந்தங்களுக்கு ஆளாகியதால், 1972இல் அவர் தன் அரசாங்கப் பணியை துறக்க வேண்டியதாயிற்று. சாதவியால் துவங்கப்பட்டு, தொடர்ந்து மூன்று ஆண்டுகளாக வெளிவந்த "ஹெல்த்" எனும் பத்திரிகையும்கூட நிறுத்தப்பட்டது.

1973 முதல் 1978 வரை, கலை மற்றும் அறிவியல் படிப்புகளுக்கான ஹை கல்வி நிறுவனத்தில் சாதவி பணியாற்றினார். இக்காலக் கட்டத்தில்தான் ஒடுக்கப்பட்ட அரேபியப் பெண்கள் குறித்தத் தன் புகழ்பெற்ற புனைவுகளையும் அபுனைவுகளையும் அவர் எழுதத் துவங்கினார். அவருடைய மிகப் பிரசித்திப் பெற்ற முதல் நாவலாகிய, 'சூன்யப் புள்ளியில் பெண்' 1973இல் பெய்ரூத்தில் வெளியாகியது. இந்நூலைத் தொடர்ந்து, 1976இல் God Dies by the Nile நாவலும், அரேபியப் பெண்கள்

குறித்த சாதவியின் ஆராய்ச்சியை மையமாகக்கொண்ட 'The Hidden Face of Eve' நாவல் 1977இலும் வெளியாகியது.

1981இல், எகிப்திய அதிபர் அன்வர் சதாத்தின் ஒற்றைக் கட்சி ஆட்சியை எதிர்த்து விமர்சித்த காரணத்தால், சாதவி உடனடியாகக் கைதுசெய்யப்பட்டு சிறையில் அடைக்கப்பட்டார். அவர் சிறையில் அடைக்கப்பட்ட ஒரு மாதம் கழித்து சதாத் படுகொலை செய்யப்பட்டதைத் தொடர்ந்து சாதவி விடுதலை செய்யப்பட்டார். 1982இல் சாதவியால் துவங்கப்பட்ட அரேபியப் பெண்கள் ஒருங்கிணைவு சங்கம் 1991இல் அரசால் தடை செய்யப்பட்டது. 1988இல், அடிப்படைவாதிகள் தொடுத்த கொலை அச்சுறுத்தலைத் தொடர்ந்து சாதவி தன் கணவர் செரீப் எதாதாவுடன் அமெரிக்க ஐக்கிய நாடுகளுக்குத் தப்பித்துச் சென்றார், அங்கு டியூக் பல்கலைக்கழகத்திலும், வாஷிங்டன் பல்கலைக்கழகத்திலும் ஆசிரியராகப் பணியாற்றினார்.

மீண்டும் 1996இல் சாதவி எகிப்து திரும்பினார். மனித உரிமைப் பாதுகாப்பு, ஜனநாயகம் மற்றும் பெண் விடுதலையை அடிப்படை முழக்கமாகக்கொண்டு 2004இல் எகிப்திய அதிபர் தேர்தலில் வேட்பாளராகப் போட்டியிட்டார். ஆனால், அப்போதைய ஆளுங்கட்சியின் இடையூறுகளால், 2005 ஜூலை மாதத்தில் அவர் தன் வேட்புமனுவைத் திரும்ப பெற வேண்டியதாயிற்று.

இதுவரை இருபத்தெட்டு உலக மொழிகளில் சாதவியின் நூல்கள் மொழிபெயர்க்கப்பட்டுள்ளன. உலகெங்கிலும் இருக்கும் பல்வேறு பல்கலைக்கழகங்களின் பாடத்திட்டங்களிலும் அவருடைய நூல்கள் சேர்க்கப்பட்டுள்ளன. சாதவியின் நூல்கள் உலகளாவிய அங்கீகாரத்தைப் பெற்றிருப்பதோடு, அவருக்குப் பல கௌரவப் பட்டங்களும் விருதுகளும் அறிவிக்கப்பட்டுள்ளன. யோர்க், சிக்காகோவின் இலினாயிஸ், செயிண்ட் ஆண்ட்ரூஸ் மற்றும் ட்ரோம்சோ பல்கலைக்கழகங்கள் சாதவிக்கு கௌரவ டாக்டர் பட்டங்களை வழங்கியுள்ளன. அமெரிக்க பயோகிராபிகல் நிறுவனம் 2003இல் இருபதாம் நூற்றாண்டின் கிரேட் மைண்ட்ஸ் விருதையும், ஐரோப்பிய கவுன்சில் நார்த்-சவுத் விருதையும் வழங்கி சாதவியை கௌரவித்துள்ளன.

நவல் எல் சாதவியின் எழுத்து நமக்கு அதிர்ச்சியை அளிக்கக்கூடியது, உணர்ச்சிக் கொந்தளிப்பை, எழுச்சியை, அவர் சார்ந்த சமூகத்தின் பல்வேறு தகவல்களை

அளிக்கவல்லது. மத்திய கிழக்கு நாடுகளில் வாழும் சாமானியப் பெண்களின் வாழ்க்கையை அவர் நூல்கள் வீரியத்துடன் எடுத்துரைக்கின்றன. சாதவியின் தொடக்ககால நாவல்களில் ஒன்றான 'சூன்யப் புள்ளியின் பெண்' எனும் இந்நாவல், தூக்குதண்டனை விதிக்கப்பட்ட 'பிர்தவ்ஸ்' எனும் பெண்ணின் நிஜக்கதையாகும். விபச்சாரத்திற்குள் தள்ளப்பட்ட ஏழைப்பெண் பிர்தவ்ஸின் அவல வாழ்வும், அவளுக்கெதிரான சமூகத்தின் வெறுப்பையும் நிராகரிப்பையும் கண்டனத்தையும் எதிர்த்து அவள் எழுப்பும் அறைகூவலும், சாதவிக்கே உரிய வலுவான மொழிநடையில் இந்நூலில் சொல்லப்பட்டுள்ளது.

மொழிபெயர்ப்பாளர் குறிப்பு:

சசிகலா பாபு

1980 ஆம் வருடம் பிறந்த சசிகலா பாபு தற்போது ஆசிரியராகப் பணிபுரிகிறார். இவரது கணவர் பாபு, தனியார் நிறுவனமொன்றில் கணக்கியல் துறை மேலாளராகப் பணிபுரிகின்றார். மகன், K.B. சூர்யப்ரகாஷ்.

இவருடைய முதல் கவிதைத் தொகுப்பான "ஓ.ஹென்றியின் இறுதி இலை" உயிர்மை வெளியீடாக 2016இல் வெளியாகியது. 2018இல் "மறையத் தொடங்கும் உடல்கிண்ணம்" கவிதைத் தொகுப்பு காலச்சுவடு வெளியீடாக வந்துள்ளது. "கல்குதிரை" இதழ்களில் இவருடைய மொழிபெயர்ப்புப் பேட்டிகள், கவிதைகள் மற்றும் கதைகள் வெளியாகியுள்ளன.

இஸ்மத் சுக்தாயின் தன் வரலாறான 'வார்த்தைகளில் ஒரு வாழ்க்கை', 'பெர்சியாவின் மூன்று இளவரசர்கள்' மற்றும் 'பாஜக எப்படி வெல்கிறது?' ஆகிய நூல்களை இவரது மொழிபெயர்ப்பில் எதிர் பதிப்பகம் வெளியிட்டுள்ளது.

ஆசிரியர் முன்னுரை

கனாதிர் சிறைச்சாலையில் அடைபட்டுக்கிடந்த ஒரு பெண்ணுடன் நிகழ்ந்த எனது சந்திப்புதான், இந் நாவலை நான் எழுதுவதற்கான முக்கியக் காரணமாக அமைந்தது. அந்தச் சந்திப்பு நிகழ்வதற்கு சிலமாதங்களுக்கு முன்னர்தான் எகிப்தியப் பெண்களிடையே இருந்த மனநோய் குறித்த ஓர் ஆராய்ச்சியை நான் துவங்கியிருந்தேன். அச்சமயம் நான், எனது வேலையை இழந்திருந்ததால், அந்த ஆராய்ச்சிக்காக என்னால் நிறையநேரம் செலவழிக்கமுடிந்தது. நான் மேற்கொண்டிருந்த 'ஆரோக்கியம்' (ஹெல்த்) இதழின் ஆசிரியர் பணியிலிருந்தும், சுகாதார நலக் கல்வித்துறையின் இயக்குநர் பதவியிலிருந்தும் 1972ஆம் வருட இறுதியில், சுகாதாரத்துறை அமைச்சரால் நான் விலக்கப்பட்டிருந்தேன். அதிகாரிகளுக்கு எதிரான கருத்துகளை எழுதக்கூடிய ஒரு பெண்ணிய எழுத்தாளராகவும் நாவலாசிரியராகவும் நான் உருவாவதற்கான மற்றுமொரு காரணியாகவும் இச்சம்பவம் அமைந்தது எனலாம்.

எனினும் சிந்திக்கவும், எழுதவும், ஆராய்ச்சி செய்யவும், என்னைச் சந்திக்கவரும் பெண்களுக்கு ஆலோசனைகள் வழங்கவும் இதனால் எனக்கு நிறைய நேரம் கிடைத்தது. என் வாழ்வில் ஒரு புத்தம்புதிய நிலையை 1973ஆம் ஆண்டில் நான் அடைந்தேன். அதே ஆண்டில்தான், எனது 'பிர்தவ்ஸ்' அல்லது 'சூன்யப் புள்ளியில் பெண்' எனும் இந்த நாவலும் உருவானது.

தங்களுக்கு சிறிய அளவிலோ அல்லது பெரிய அளவிலோ மனவேதனையை உண்டாக்கும் சூழ்நிலைகளை எதிர்கொள்ளவேண்டி, என்னிடமிருந்து ஆலோசனைகளையும் உதவிகளையும் பெற பல பெண்களும் என்னை நாடிவந்தனர், இதன் விளைவாகத்தான், இந்த ஆராய்ச்சியை மேற்கொள்ளவேண்டும் என்னும் எண்ணமே என்னுள் எழுந்தது எனலாம். மனநோயால் பாதிக்கப்பட்டிருந்த சில பெண்களை மட்டும் இந்த ஆராய்ச்சிக்காக தேர்வு செய்துகொள்ள விரும்பினேன். எனவே, பல மருத்துவமனைகளுக்கும் சுகாதார நிலையங்களின் புறநோயாளிகள் பிரிவுகளுக்கும் நான் தொடர்ந்து சென்றுவந்தேன்.

எப்போதும் என்னை ஈர்க்கும் ஒரு விஷயமாகவே 'சிறைச்சாலை' இருந்துவந்துள்ளது. பெண்களின் சிறைச்சாலை வாழ்க்கை எப்படியிருக்குமென அவ்வப்போது நான் வியப்பதுண்டு. ஒருவேளை, என் நாட்டில், என்னைச் சுற்றியிருந்த முக்கிய எழுத்தாளர்கள் பலரும் 'அரசியல் குற்றங்கள்' புரிந்ததாக குற்றஞ்சாட்டப்பட்டு, பல வருடங்களாக சிறைத்தண்டனை அனுபவித்திருந்ததால்கூட என்னுள் இந்த ஈர்ப்பு ஏற்பட்டிருக்கலாம். 'அரசியல் கைதி'யாகக்

குற்றஞ்சாட்டப்பட்டு என் கணவர், பதிமூன்று ஆண்டுகள் சிறைத்தண்டனை அனுபவித்திருக்கிறார். எனவேதான், கனாதிர் பெண்கள் சிறையில் பணிபுரிந்த மருத்துவர் ஒருவரைச் சந்தித்த அன்று, அவருடன் நான் மிகுந்த ஆர்வத்துடன் உரையாடத் துவங்கினேன். அதன்பிறகு, நாங்கள் சந்தித்துக்கொண்டபோதெல்லாம் உரையாடினோம். பல்வேறு குற்றச்சாட்டுகளுக்காக சிறைத்தண்டனை விதிக்கப்பட்டிருந்த பல பெண்களைப் பற்றி அவர் என்னிடம் கூறினார். மிக முக்கியமாக, அவர்களுள் மனநோயின் பல்வேறு நிலைகளில் அவதிப்பட்டுவந்தோர்குறித்தும், கனாதிர் சிறைச்சாலைக்குள் அமைந்திருந்த மனநல மருத்துவமனைக்கு வாரந்தோறும் வருகைபுரிந்த பெண் கைதிகள்பற்றிய விபரங்களையும் அவர் என்னுடன் பகிர்ந்துகொண்டார்.

இவற்றையெல்லாம் அறிந்துகொண்டதும், சிறைச்சாலைக்குள் சென்று அந்தப் பெண்களைச் சந்திக்கவேண்டுமெனும் ஆர்வம் என்னுள் எழுந்தது. 'அரசியல் திரைப்படங்களில்' மட்டுமே சிறைச்சாலைகளின் உட்புறங்களை நான் கண்டதுண்டு. நிஜ சிறைச்சாலையின் உள்ளேயே சென்று காண்பதற்கான வாய்ப்பு இப்போது கிட்டியுள்ளது. ஓர் ஆணைக் கொன்றதால், தூக்குத் தண்டனைக்குக் காத்திருக்கும் ஒரு பெண் கைதியைப்பற்றி மருத்துவ நண்பர் என்னிடம் கூறியதும், சிறைச்சாலைக்குள் செல்லும் ஆர்வம் மேலும் அதிகரித்தது. அதற்குமுன்னர், கொலை செய்திருந்த பெண் எவரையும் நான் சந்தித்ததேயில்லை.

மனநோயால் பாதிக்கப்பட்டிருந்த மற்ற பெண் கைதிகளுடன் அந்தப் பெண்ணையும் சந்திப்பதற்காக என்னை சிறைக்குள் அழைத்துச்செல்வதாக அந்த சிறைச்சாலை மருத்துவ நண்பர் உறுதிகூறினார். கனாதிர் சிறைச்சாலைக்குள் இருந்த அந்தப் பெண் கைதிகளை ஒரு மனநல மருத்துவராக நான் சந்திப்பதற்கான அனுமதியை அவர் எனக்குப் பெற்றுத்தந்தார். நான் மேற்கொண்டிருந்த ஆராய்ச்சிப் பணியில் அவரும் மிகுந்த ஆர்வத்துடன் இருந்தார். எனவே, சிறைச்சாலைக்குள் அவரும் என்னுடன் வந்து அதன் உட்புறங்களை விளக்கிக் கூறினார்.

சிறைச்சாலை வளாகத்துக்குள் நுழைந்ததுமே, துயர்படிந்திருந்த அதன் கட்டடங்களையும், இரும்புக்கிராதிகளிட்ட ஜன்னல்களையும், சூழலின் கடினத்தன்மையையும் கண்டு எனக்குள் திடீரென ஒரு மனச்சோர்வு எழுந்தது. என் உடல் முழுவதும் ஒரு நடுக்கம் ஓடியது. 1981ஆம் ஆண்டின் செப்டம்பர் மாதம் ஐந்தாம் தேதியன்று, சதாத் பிறப்பித்த ஆணையின்பேரில் கைது செய்யப்பட்டு சிறையில் அடைக்கப்பட்ட 1035 பேருடன் நானும் இதே சிறைக்குள் ஒரு கைதியாக நுழைவேன் என அப்போது நான் அறிந்திருக்கவில்லை. ஒரு மனநல மருத்துவராகத்தான் அப்போது

அந்தச் சிறைக்குள் நுழைந்தேன். 1974ஆம் ஆண்டின் இலையுதிர்கால காலைவேளையொன்றில், மஞ்சள்பூச்சுடன் நெடிதுயர்ந்த அந்த வெற்றுச்சுவர்களைக் கடந்துசென்று சிறைச்சாலைக்குள் நுழைந்தேன். அதன் முற்றங்களைக் கடக்கையில், இரும்புக்கம்பிகளின் பின்னால் விலங்குகளைப் போல சுற்றித்திரிந்த பெண்களின் முகங்களை என்னால் காணமுடிந்தது. அவர்களின் வெண்ணிற, பழுப்புநிற விரல்கள், கருப்பு உலோகக் கம்பிகளை பின்னிப் பிணைந்திருந்தன.

சிறையில், தனது அறையில் என்னைச் சந்திக்க பிர்தவ்ஸ் மறுத்துவிட்டார். ஆனால் பின்னர் சந்திப்புக்கு ஒப்புக்கொண்டார். கொஞ்சம்கொஞ்சமாக, தன் கதையை என்னிடம் கூறத் துவங்கியவர் இறுதியாக, முழுக் கதையையும் கூறிமுடித்தார். மிகக் கொடூரமான கதையாக அது இருந்தபோதும் அற்புதமாகவும் இருந்தது. தன் வாழ்க்கையை அவர் விவரிக்க விவரிக்க, அவரைப்பற்றி மேலும் அதிகமாக நான் அறிந்துகொள்ளத் துவங்கினேன். என்னைச் சுற்றிலும் வாழும் பெண்களிடமிருந்து அவர் மிகவும் தனித்துவமானவராக விளங்கியதாலேயே அவர்மீது எனக்கு ஈர்ப்பும் வியப்பும் உருவாகத் துவங்கியது. எனவேதான், பின்னொருநாளில் 'சூன்யப் புள்ளியில் பெண்' அல்லது 'பிர்தவ்ஸ்' நாவலை எழுதவேண்டுமென அப்போது எண்ணினேன்.

ஆனால், எனது மருத்துவ நண்பர்மூலமாக சிறைக்குள் அறிமுகமாகியிருந்த இருபது பெண் கைதிகள்குறித்த ஆழமான ஆராய்ச்சிகளை அப்போது நான் மேற்கொண்டிருந்த காரணத்தால், அந்தச்சமயத்தில் மிகுந்த வேலைப்பளுவுடன் இருந்தேன். நான் மேற்கொண்டிருந்த அந்த ஆராய்ச்சியானது, 1976இல் 'எகிப்து பெண்களும் மனநோயும்' எனும் தலைப்பில் வெளியாகியது.

ஆனால், அவர்கள் அனைவரையும்விட பிர்தவ்ஸ் வித்தியாசமானவர். இந்நூலை எழுதுவதற்குமுன்பு வரை அவரது நினைவுகளின்வாயிலாக அவர் என்னுள் அதிர்ந்தபடியே இருந்தார். சிலநேரங்களில் அமைதியாக என்னுள் நிறைந்திருந்தார். மற்ற பெண் கைதிகளிடமிருந்து தனித்துவமாகவும் தெரிந்தார். எனவேதான், பிர்தவ்ஸின் கதையை எழுதுவதன்மூலம், அவர்தம் மரணத்திற்குப் பின்னரும் அவருக்கு நான் உயிர் அளிக்க விரும்பினேன். 1974ஆம் ஆண்டின் இறுதியில் பிர்தவ்ஸ் தூக்கிலிடப்பட்டார். எனினும் அவர், எப்போதும் என் கண்களுக்குள்ளேயேதான் இருந்தார். என்னெதிரே அவர் நிற்பதை என்னால் காணமுடிகிறது. அவரது முன்நெற்றியில் ஓடிய வரிகளை, அவரது உதடுகளை, அவரது கண்களை, பெருமிதத்துடன் அவர் நடைபோடுவதையும்கூட என்னால் காணமுடிகிறது. 1981ஆம் ஆண்டின் இலையுதிர்காலத்தின்போது, நானும் அதே சிறையில் அடைக்கப்பட்டேன். எப்போதும் நிமிர்ந்தேயிருக்கும் பிர்தவ்ஸின்

தலையை, அவரது கைகளின் சாந்தமான அசைவுகளை, அவரது பழுப்புநிறக் கண்கள் கொண்டிருந்த திடமான பார்வையை காணத் துடிப்பவள்போல, சிறைச்சாலையின் முற்றங்களில் அலைந்துதிரிந்த பெண் கைதிகளிடையே அவரைத் தேடினேன்.

சிறைச்சாலைக்குள் நான் கழித்த மூன்று மாதங்களுக்குள், ஆண்களை கொலை செய்ததற்காக தண்டனை அனுபவித்துவந்த பல பெண்களையும் சந்தித்தேன். அவர்களில் ஒருவர், எனக்கு பிர்தவ்ஸை நினைவுபடுத்தினார். ஆனால் எவருமே அவரைப்போல் இல்லை. அவர் தனித்துவமானவர். அவரது உருவத்தோற்றம், நடத்தை, தைரியம், என்னை ஊடுருவிச்சென்ற அவரது ஆழமான பார்வை ஆகியவை மட்டுமல்லாது, உயிர் வாழ்வதற்கான அவருடைய உறுதியான மறுதலிப்பும், சாவுகுறித்த அவரது அச்சமின்மையும்கூட மற்ற பெண்களிடமிருந்து அவரை முற்றிலும் வேறுபடுத்திக் காட்டின.

தன் வாழ்வின் இருண்ட மூலைகளின் விளிம்புகளை நோக்கி விரக்தியுடன் துரத்தப்பட்ட ஒரு பெண்ணின் கதைதான், 'சூன்யப் புள்ளியில் பெண்.' தனக்குள் அத்தனை சோகத்தையும் விரக்தியையும் பிர்தவ்ஸ் கொண்டிருந்தபோதும், அவருடைய வாழ்வின் கடைசிநொடிகளை அருகிலிருந்து கண்டிருந்த என் போன்றோரிடையே, வாழ்வதற்கான உரிமையும் அன்பிற்கான உரிமையும் மெய்யான விடுதலைக்கான உரிமையும் மறுக்கப்படும்போது, அதை மீட்பதற்காகப் போராடவேண்டியதன் அவசியத்தை பிர்தவ்ஸ் வெகுகாத்திரமாக உணர்த்திச் சென்றிருக்கிறார்.

நவல் எல் சாதவி
கெய்ரோ, செப்டம்பர் 1983

1

நிஜமாக வாழ்ந்த ஒரு பெண்ணின் கதை இது. சிலவருடங்களுக்கு முன்னர், கனாதிர் சிறைச்சாலையில் அந்தப் பெண்ணை நான் சந்தித்தேன். குற்றங்கள் நிரூபணமாகி, தண்டனை விதிக்கப்பட்டு, சிறைச்சாலைக்குள் இருந்த கைதிகள் மற்றும் பெண் கைதிகளின் பண்புகளை ஆராய்ச்சிசெய்யும் பணியை அப்போது நான் மேற்கொண்டிருந்தேன். பல்வேறுவகையான குற்றங்கள் புரிந்ததாக நிரூபிக்கப்பட்டவர்கள், குற்றம்சாட்டப்பட்டவர்கள் மற்றும் பெண் கைதிகளின் குணங்கள்குறித்த ஆராய்ச்சியொன்றை அச்சமயம் நான் மேற்கொண்டிருந்தேன்.

ஓர் ஆணைக் கொலைசெய்த குற்றத்திற்காக இந்தப் பெண்ணுக்கு மரண தண்டனை விதிக்கப்பட்டிருப்பதாக சிறைச்சாலை மருத்துவர் கூறினார். இருந்தபோதும், கொலைக்குற்றத்திற்காக அடைபட்டிருந்த மற்ற பெண் கைதிகளிடமிருந்து இவர் முற்றிலும் வேறுபட்டிருந்தார்.

இந்தச் சிறைச்சாலைக்குள்ளோ அல்லது வெளியுலகிலோ இவரைப் போன்றதொரு பெண்ணை உங்களால் பார்க்கவேமுடியாது. பார்வையாளர்கள் எவரையும் இவர் சந்திப்பதில்லை, எவருடனும் இவர் பேசுவதுமில்லை. இவருக்காக சிறைச்சாலைக்குள் தரப்படும் உணவைக்கூடத் தொடாமல், விடிகாலை வரை விழித்தேயிருப்பார். தொடர்ந்து, பல மணிநேரங்கள்கூட வெற்றுவெளியை வெறித்துப் பார்த்தபடி இவர் அமர்ந்திருப்பதை சிறைப் பாதுகாவலர் பலமுறை கண்டுள்ளார். ஒருநாள் இவர், காகிதமும் பேனாவும் கேட்டு வாங்கியுள்ளார். ஆனால் காகிதத்தை உற்றுப்பார்த்தபடியே அசையாமல் பல மணிநேரங்கள் வரை அமர்ந்திருக்கிறார். கடிதம் எழுதுகிறாரா அல்லது வேறெதுவும் எழுதுகிறாரா எனப் பாதுகாவலரால் அறிந்துகொள்ள முடியவில்லை. ஒருவேளை, அவர் எதையுமே எழுதாமல்கூட அமர்ந்திருந்திருக்கவும் கூடும்.

சிறை மருத்துவரிடம், “அவர் என்னைச் சந்திப்பாரா?” எனக் கேட்டேன்.

“நான் வேண்டுமானால் சிறிதுநேரம் உங்களுடன் பேசுமாறு அவரை வற்புறுத்திப் பார்க்கிறேன். நீங்கள்

ஒரு மனநல மருத்துவர்தான், அரசுத் தரப்பு வக்கீலின் உதவியாளரல்ல எனக் கூறுகிறேன். அப்போதுதான் உங்களைச் சந்திக்க அவர் ஒப்புக்கொள்ளக்கூடும். எனது எந்தக் கேள்விக்கும் அவர் பதிலளிப்பதேயில்லை. அவருக்கு விதிக்கப்பட்ட மரண தண்டனையை ஆயுட்கால தண்டனையாக குறைக்கக் கோரி, ஜனாதிபதிக்கு எழுதிய வேண்டுகோள் மனுவிலும்கூட அவர் கையெழுத்திட மறுத்துவிட்டார்'' என்றார் அவர்.

"இந்த மேல்முறையீட்டை அவருக்காக யார் செய்தது?'' எனக் கேட்டேன்.

"நான்தான். நேர்மையுடன் கூறுவதானால், அவரை ஒரு கொலைகாரியாகவே நான் உணர்ந்ததில்லை. அவருடைய முகம், அவருடைய கண்களைப் பார்த்தோமானால், இத்தனைகனிவான பெண் கொலை செய்திருப்பார் என்பதை உங்களால் நம்பவேமுடியாது'' என்றார் அவர்.

"கனிவான நபர் கொலைபுரியமாட்டார் என யார் உங்களிடம் கூறியது?'' எனக் கேட்டேன்.

சிலநொடிகள் அவர் என்னை திகைப்புடன் உற்றுநோக்கினார். பின்னர் பதற்றத்துடன் சிரித்தார்.

"நீங்கள் எவரையேனும் கொலை செய்திருக்கிறீர்களா என்ன?''

"என்னைப் பார்த்தால் கனிவான பெண்போலவா தெரிகிறது?'' எனத் திருப்பிக் கேட்டேன்.

அவர், தனது தலையைத் திருப்பி அங்கிருந்த ஒரு சின்னஞ்சிறு ஜன்னலைக் காட்டி, "அதுதான் அவருடைய தனிச்சிறை அறை. நான் சென்று, உங்களைச் சந்திக்கவருமாறு அவரை அழைக்கிறேன்'' என்றார்.

சிறிதுநேரம் கழித்து அவர் மட்டும் திரும்பிவந்தார். என்னைச் சந்திக்க பிர்தவ்ஸ் மறுத்துவிட்டிருக்கிறார்.

அன்றையதினம், வேறுசில பெண் கைதிகளையும் நான் பரிசோதிக்க வேண்டியிருந்தது. ஆனால் அதைப் பொருட்படுத்தாது எனது காரில் ஏறி அங்கிருந்து வெளியேறினேன்.

வீட்டிற்குத் திரும்பியதும் என்னால் எந்தவொரு செயலிலும் கவனம் செலுத்தவே முடியவில்லை. எனது சமீபத்திய புத்தகத்தின் முன்வரைவை திருத்தவேண்டியிருந்தது, ஆனால் என்னால் அதிலும் கவனம் செலுத்த முடியவில்லை. இன்னும் சில

நாட்களுக்குள் கொல்லப்படப்போகிற பிர்தவ்ஸை சுற்றியே என் எண்ணங்கள் சுழன்றன.

மறுநாள் அதிகாலையிலேயேநான் மீண்டும் சிறைச்சாலையின் வாயிலைச் சென்றடைந்தேன். பிர்தவ்ஸை சந்திக்க என்னை அனுமதிக்குமாறு பாதுகாவலரிடம் கூறினேன். "இது, வீண்முயற்சி டாக்டர். உங்களைச் சந்திக்க அவர் சம்மதிக்கமாட்டார்" என்றார், அவர்.

"ஏன்?"

"இன்னும் சிலதினங்களுக்குள் அவரைத் தூக்கிலிடப்போகின்றனர். உங்களாலோ அல்லது வேறுஎவராலும்கூட அவரைக் காப்பாற்ற முடியாது. அவரை விட்டுவிடுங்கள்!" என்றார்.

அவருடையகுரலில் கோபம் கொப்பளித்தது. ஏதோ, நான்தான் இன்னும் சிலதினங்களில் பிர்தவ்ஸை தூக்கிலிடப்போகிறேன் என்பதைப்போல அத்தனை சீற்றத்துடன் என்னைப் பார்த்தார்.

"இங்கோ அல்லது வெளியிலோ இருக்கும் அதிகாரிகளுக்கும் எனக்கும் எந்தச் சம்பந்தமும் இல்லை" என்றேன்.

"அவர்கள் அனைவரும்கூட இதையேதான் கூறுகின்றனர்" என ஆத்திரத்துடன் கூறினார்.

"நீங்கள் ஏன், இத்தனை கோபமாக இருக்கிறீர்கள்? பிர்தவ்ஸ் குற்றமற்றவர் எனவும், அவர் கொலை செய்திருக்கமாட்டார் எனவும் நீங்கள் எண்ணுகிறீர்களா?" எனக் கேட்டேன்.

அவர்மேலும் சீற்றத்துடன், "அவர் ஒரு கொலைகாரியோ, இல்லையோ அது எனக்குத் தெரியாது, ஆனால் அவரொரு அப்பாவிப் பெண், தூக்கிலிடப்படக்கூடாதவர். உண்மையில், அவர்களைத்தான் தூக்கிலிட வேண்டும்" என்றார்.

"அவர்களா? யார் அவர்கள்?"

என்னைச் சந்தேகத்துடன் பார்த்தபடியே, "நீங்கள் யார், அதை முதலில் சொல்லுங்கள். அவர்கள்தான் உங்களை பிர்தவ்ஸிடம் அனுப்பி வைத்தார்களா?" எனக் கேட்டார்.

"நீங்கள் குறிப்பிடும் 'அவர்கள்' யார்?" என, நான் மீண்டும் அவரிடம் வினவினேன்.

அவர் அச்சத்துடனும் எச்சரிக்கையுடனும் சுற்றும்முற்றும் பார்த்துவிட்டு, என்னிடமிருந்து சில அடிகள் நகர்ந்துகொண்டார்.

"அவர்கள்... உங்களுக்கு அவர்களைத் தெரியாதா?"

"தெரியாது." என்றேன்.

இதைக் கேட்டதும், கிண்டலான நகைப்பொன்றை உதிர்த்துவிட்டு அவர் அங்கிருந்து அகன்றார்.

"அவர்களைத் தெரியாமல் எப்படி ஒருவர் இருக்கமுடியும்?" என, அவர் தனக்குத்தானே முணுமுணுத்துக்கொள்வது என் காதில் விழுந்தது.

அதற்குப்பிறகும் நான் பலமுறை சிறைச்சாலைக்குச் சென்றேன். ஆனால் பிர்தவ்ஸை சந்திக்கும் என் முயற்சிகள் தோல்வியிலேயே முடிந்தன. எனது ஆராய்ச்சி ஆபத்தில் சிக்கிக்கொண்டிருப்பதை உணர்ந்தேன். என் முழுவாழ்வுமே தோல்வியடையப் போகும் ஆபத்தில் இருப்பதையும் உணர்ந்து கொண்டேன். என் தன்னம்பிக்கை பலத்த ஆட்டம் கண்டது, மிகச் சிக்கலான தருணத்தைக் கடந்துகொண்டிருந்தேன். ஒரு மனித உயிரைக் கொன்றுவிட்டு, இன்னும் சிறிதுகாலத்திற்குள் மரணத்தைச் சந்திக்கப்போகும் இந்தப்பெண், என்னைவிடவும் உயர்ந்திருப்பதாக எனக்குத் தோன்றியது. அவருடன் ஒப்பிடும்போது, இந்த நிலத்தின்மீது ஊர்ந்து கொண்டிருக்கும் பலகோடிப் பூச்சிகளுள் நானும் ஒரு சின்னஞ்சிறிய பூச்சி எனத் தோன்றியது.

இவ்வுலகின்மீதிருந்த அனைத்தின்மீதும் அவர் கொண்டிருந்த அலட்சியம், அனைத்தையும் முற்றிலுமாக நிராகரிக்கும் அவருடைய மனப்போக்குகுறித்து சிறைப்பாதுகாவலரோ, சிறை மருத்துவரோ கூறும்போது அவர்களின் முகத்தில் வெளிப்படும் உணர்வுகளைக் காணும்போதும், அனைத்திற்கும்மேலாக என்னைச் சந்திக்க அவர் மறுப்பதைக் காணும்போதும், நான் நிர்கதியாக நிற்பதாகவும், அற்பமானவள்போலவும் உணரத் துவங்கினேன். 'இவர் என்னமாதிரியான பெண்?' எனும் கேள்வியே என்னுள் மீண்டும் மீண்டும் சுழன்றடித்தது. என்னைச் சந்திக்க மறுத்ததாலேயே அவர் என்னைவிட உயர்ந்தவராகிவிடுவாரா? அப்படியானால், மரண தண்டனையை ரத்து செய்யக்கோரி ஜனாதிபதிக்கு மேல்முறையீடு செய்யவும்கூடத்தான் அவர் மறுத்திருக்கிறார், இதனால் நாட்டின் தலைவரைவிடவும் இந்தப்பெண் உயர்ந்தவராகிவிடுவாரா என்ன?

நாம் பொதுவாகக் காணும், கேள்விப்படும், அறிந்திருக்கும் அனைத்து ஆண்களையும் பெண்களையும் விடவும் இப்பெண் உயர்ந்தவர்தான் என்பதை என்னால் விளக்குவதற்குக் கடினமானதொரு உணர்வின்மூலம் உறுதியாக நம்பினேன்தான்.

தூக்கமின்மையால் அவதிப்பட்ட நான் உறங்க முயன்றேன். ஆனால் என்னுள் நிறைந்த மற்றொரு சிந்தனை என்னை விழித்திருக்கச் செய்தது. என்னைச் சந்திக்க இப்பெண் மறுத்தபோது, நான் யாரென அவர் அறிந்திருந்தாரா அல்லது அறியாமலேதான் என்னைச் சந்திக்க அவர் மறுத்துவிட்டாரா?

மறுநாள் காலை, நான் மீண்டும் சிறைச்சாலைக்குச் சென்றேன். எனது அனைத்து நம்பிக்கைகளையும் நான் இழந்துவிட்டிருந்ததனால், பிர்தவ்ஸை சந்திக்கவேண்டும் எனும் எண்ணம் அப்போதைக்கு எனக்கில்லை. சிறைப்பாதுகாவலரையோ அல்லது சிறைச்சாலை மருத்துவரையோதான் நான் சந்திக்க விரும்பினேன். மருத்துவர் வந்திருக்கவில்லை. எனவே பாதுகாவலரைச் சந்தித்தேன்.

"என்னைத் தனக்குத் தெரியுமென பிர்தவ்ஸ் உங்களிடம் கூறினாரா?" என அவரிடம் கேட்டேன்.

"இல்லையே, அவர் என்னிடம் அப்படியெதுவும் கூறவில்லையே. ஆனால் அவர் உங்களை அறிவார்" என்றார் அவர்.

"அது எப்படி உங்களுக்குத் தெரியும்?"

"என்னால் அவரை உணரமுடியும்."

இதைக்கேட்டு, நான் கல்லாய்ச் சமைந்துநின்றேன். என்னை அங்கேயே விட்டுவிட்டு, பாதுகாவலர் தன் பணியை கவனிக்கச் சென்றுவிட்டார். எனது காருக்குச் சென்று அங்கிருந்து உடனே வெளியேறிவிடவேண்டும் என எண்ணினேன். ஆனால் என்னால் அது முடியவில்லை. விசித்திரமானதொரு பாரவுணர்வு எனது இதயத்தில், எனது உடலில் படர்ந்தது, அது என் கால்களை சக்தியிழக்கச் செய்தது. அந்த பாரவுணர்வு மொத்த பூமியின் எடையையும் கொண்டிருந்தது. நான் பூமியின் மேற்பரப்பில் இல்லாது, அதன் கீழே அழுந்திக்கிடப்பதுபோல் தோன்றியது. வானிலும் சில மாற்றங்கள் உண்டாகியிருந்தன, அதன் வண்ணம் கருமையாய் மாறியிருந்தது, பூமியைப்போலவே வானமும் தன் பாரத்தைக்கொண்டு என்னை அழுத்தியது.

இந்த உணர்வை, பல வருடங்களுக்குமுன்னர் ஒரே ஒருமுறை மட்டும் நான் உணர்ந்திருக்கிறேன். என்மீது காதலற்ற ஆண் ஒருவரின்மீது நான் காதற்வயப்பட்டிருந்தேன். அவர் என்னைப் புறக்கணித்தபோது, பலகோடி மக்களிடையே ஒருவரான அவர் ஒருவரால் நான் நிராகரிக்கப்பட்டதாய் உணர்ந்ததோடல்லாமல், இப்பூமியின்மீது வாழும் அனைத்து உயிரினங்களாலும் நிராகரிக்கப் பட்டதாகவும், பரந்துவிரிந்த இவ்வுலகம் முழுமையாலுமேகூட நான் நிராகரிக்கப்பட்டதாயும் உணர்ந்தேன்.

நான், என் தோள்களை நேராக்கிக் கொண்டேன். என்னால் இயன்றளவு என் உடலை நிமிர்த்தி நின்று, ஆழ்ந்து மூச்சிழுத்தேன். என் தலைமீது அழுத்திய பாரம் சிறிது விலகியது. சுற்றிலும் பார்த்தேன். இத்தனை அதிகாலையில் சிறைச்சாலைக்குள் நான் நிற்பதைக்கண்டு திகைத்துப் போனேன். சிறைப்பாதுகாவலர், தன் உடலை இரண்டாக மடித்து அமர்ந்து, ஓடுகள்வேய்ந்த நடைபாதையை சுத்தம் செய்துகொண்டிருந்தார். முன்னர் எப்போதுமில்லாத ஒருவித அலட்சியம் அவர்மீது எனக்குத் தோன்றியது. அவர் சிறைச்சாலையின் தரையைச் சுத்தம் செய்யுமொரு பெண்மணி மட்டுமே. அவருக்கு எழுதவோ, படிக்கவோ தெரியாது, உளவியல்குறித்து எதையும் அறியமாட்டார். எனவே, அவருடைய உணர்வுகள் உண்மையாகத்தான் இருக்கக்கூடுமென நான் எப்படி நம்பினேன்?

என்னை அறிந்திருப்பதாக பிர்தவ்ஸ் கூறியதேயில்லை. அவர் என்னை அறிந்திருந்தார் என்பது பாதுகாவலரின் உணர்வு மட்டுமே. அவருடைய அந்த உணர்வை மட்டுமே அடிப்படையாகக் கொண்டு, பிர்தவ்ஸ் என்னை அறிந்திருந்தார் என எப்படி முடிவுசெய்வது? நான் யாரென அறியாமலேயே, அவர் என்னை நிராகரித்திருந்தாரெனில், இதில் நான் வருத்தப்பட ஏதுமில்லை. இது என்மீது அவர் தனிப்பட்ட முறையில் தொடுத்த நிராகரிப்பல்ல;அது, ஒட்டுமொத்த உலகத்தின்மீதும் அவ்வுலகத்தில் வாழும் அனைவரின்மீதும் அவர் எய்திய நிராகரிப்பே ஆகும்.

அங்கிருந்து வெளியேற வேண்டும் எனும் எண்ணத்துடன் என் காரை நோக்கிச் சென்றேன். அறிவியல் ஆராய்ச்சியாளரான என்னை இத்தகைய பலவீனமான மனநிலை பீடிக்கக்கூடாது. காரின் கதவைத் திறக்கும்போது என்னையெண்ணி நானே சிரித்துக்கொண்டேன். கார் கதவைத் தொட்டதுமே ஒரு மருத்துவராக எனது அடையாளத்தையும், சுயமரியாதையையும் மீட்டெடுத்துக்

கொண்டேன். எது எவ்வாறாகினும், மரண தண்டனை விதிக்கப்பட்ட பெண்ணைப் பரிசோதிக்கவென ஒரு மருத்துவர் பரிந்துரைக்கப்படுவார்தான். என்மீதான என்னுடைய வழக்கமான அணுகுமுறை (மிக அரிதாகவே என் இந்த அணுகுமுறை என்னைக் கைவிடும்) மெல்ல மெல்ல மீண்டுவந்தது. எனது வாகனத்தை இயக்கி, வேகத்தைக் கூட்டுவதற்காய் ஆக்சிலேட்டரை அழுந்த மிதித்தேன். இப்பூமியின்மீது எண்ணிறந்து திரியும் சிறு பூச்சிகளில் ஒரு எளிய சிறுபூச்சியாக என்னையெண்ணி எனக்குள் எழுந்த இந்த திடீர் எண்ணத்தையும் (நான் தோல்வியுறும் தருணங்களில் எல்லாம் இந்த எண்ணம் எழும்) சேர்த்தே அழுந்த மிதித்தேன். என்னுடைய வாகனத்தின் எஞ்சின் இரைச்சலையும் மீறி ஒரு குரல் என்பின்னே ஒலித்தது.

"டாக்டர்! டாக்டர்!"

சிறைப்பாதுகாவலர்தான் அழைத்தார். பலமாக மூச்சிரைத்தபடியே, அவர் என்னை நோக்கி ஓடிவந்தார். திணறித்திணறி ஒலித்த அவரது குரல், என் கனவுகளில் நான் அடிக்கடி கேட்கும் குரலைப்போலவே இருந்தது. ஸ்விங் கதவைப்போல அவருடைய உதடுகள் தன்னிச்சையாக திறப்பதும் மூடுவதுமாக இருந்தன.

"பிர்தவ்ஸ், டாக்டர்! பிர்தவ்ஸ் உங்களைச் சந்திக்க விரும்புகிறார்" என அவர் கூறினார்.

அவருடைய மார்புகள் மேலும்கீழுமாக ஏறியிறங்கின. தொடர்ச்சியாக அவருக்கு மூச்சிரைத்தது. அவருடைய முகமும் கண்களும் அவருடைய தீவிரமான மனநிலையை பிரதிபலித்தன. இக்குடியரசின் அதிபர் என்னைச் சந்திக்கவேண்டுமெனக் கூறியிருந்தாலும்கூட அந்தப் பாதுகாவலர் இத்தனை பெரும் உணர்வுத்தாக்குதலுக்கு ஆளாகியிருக்கமாட்டார்போலும்.

நோய்த்தொற்று ஏற்பட்டதைப்போல எனது சுவாசத்தின் வேகமும் அதிகரித்தது. துல்லியமாகக் கூறுவதானால், நான் சுவாசிக்கவே சிரமப்பட்டேன் எனவும் கூறலாம். ஏனெனில் முன்னெப்போதையும்விட வெகுபலமாக என் இதயம் துடித்துக் கொண்டிருந்தது. நான் எப்படி, எனது காரைவிட்டு இறங்கினேன், எப்படி பாதுகாவலரின் பின்னாலேயே வேகமாகச் சென்றேன், எப்படி சிலசமயங்களில் அவரையும் கடந்து முன்னால் வேகமாகச் சென்றேன் என எனக்கே தெரியவில்லை. எனது கால்கள், என்னைச் சுமக்காததைப்போல இலகுவானதொரு நடையில்

அசுரவேகத்துடன் சென்றுகொண்டிருந்தேன். பெருமையும், எழுச்சியும், மகிழ்ச்சியும் கலந்ததொரு அற்புதமானதொரு உணர்வால் நிரம்பி வழிந்துகொண்டிருந்தேன். விழிகளுக்குள் என்னால் சிறைப்பிடிக்க முடிந்ததொரு நீல வண்ணத்தால் வானம் நிறைந்திருந்தது. இந்த முழுஉலகமும் என் கைகளுக்குள் சிக்கிக்கொண்டது; இவ்வுலகம் என்னுடையது. பல ஆண்டுகளுக்குமுன்னர் ஒரே ஒருமுறைதான் எனக்கு இதேபோன்றதொரு அற்புதமான உணர்வு தோன்றியது. வாழ்வில் முதன்முறையாக நான் காதலித்த ஆணை, முதன்முறை சந்திப்பதற்காக நான் சென்றபோது இதே போன்றுதான் உணர்ந்தேன்.

பிர்தவ்ஸின் அறையை அடைந்ததும் என் சுவாசத்தைச் சீராக்கினேன், என் உடையின் கழுத்துப்பட்டையை சரிசெய்து கொண்டேன். உண்மையில், நான் நிதானமடையவும், எனது இயல்புநிலைக்குத் திரும்பவும், அறிவியல் ஆராய்ச்சியை மேற்கொண்டிருக்கும் ஒரு உளவியல் மருத்துவராக எனது உணர்வுகளை மீட்டெடுக்கவும் முயன்று கொண்டிருந்தேன். விகாரமாக கிறீச்சிட்டபடியே அறையின் பூட்டு திறக்கப்பட்டது. அதன் ஒலியே என்னை என்னிடம் மீட்டளித்தது. எனது கைகளில் இருந்த தோல்பையை இறுகப் பற்றிக்கொண்டேன், "யார் இந்தப் பெண் பிர்தவ்ஸ்? இவள் தான்..." என, எனக்குள் ஒரு குரல் ஒலித்தது.

என்னுள் ஒலித்த அந்தக்குரல் சட்டென நின்றுவிட்டது. திடீரென நாங்கள் இருவரும் நேருக்குநேர் நின்றிருந்தோம். பேச்சற்று, அசைவற்று, நிலத்தோடு சமைந்துபோய் நின்றிருந்தேன். என் இதயம் துடிக்கும் ஒலியோ, என் பின்னேயிருந்த கனத்த கதவு சாத்தப்படும் ஒலியோ, அது பூட்டப்படும் ஒலியோ எதுவுமே என் காதில் விழவில்லை. அவருடைய விழிகள் என் விழிகளுக்குள் ஊடுருவிய கணம், நான் இறந்தேபோனேன். கூர்மையான கத்தியைப் போல அந்த விழிகள் குத்திக்கிளறி ஆழமாகச் சென்றன. அதன் பார்வை அலைவுறாமல் நிலைத்து நின்றது. இமைகளின் மெல்லிய அசைவுகூட இல்லை. அவருடைய முகத்தசைகளில் சிறு அசைவும்கூட இல்லை.

உறைந்துபோய் நின்றிருந்த நான், ஒரு குரல்மூலம் தன்னிலைக்கு வந்தேன். அது அவருடைய குரல்தான். கத்தியைப்போல ஆழமாக ஊடுருவும் காத்திரமான குரல். அதன் தொனியில் சற்றேனும் அதிர்வு இல்லை. அந்தக் குரலில் சிறு தடுமாற்றம்கூட இல்லை.

"ஜன்னலை மூடுங்கள்!" என்றார்.

மறுபேச்சின்றி எழுந்து சென்று ஜன்னலை மூடினேன். திரும்பிவந்து சுற்றும்முற்றும் குழப்பத்துடன் விழித்துப் பார்த்தேன். அந்த அறைக்குள் எதுவுமே இல்லை. நான் அமர அங்கு ஒரு கட்டிலோ, நாற்காலியோ எதுவுமேயில்லை.

"தரையில் உட்காருங்கள்!" என்றார்.

உடலை மடக்கி தரையில் அமர்ந்தேன். இது ஜனவரி மாதம், வெற்றுத்தரை சில்லிட்டுப்போயிருந்தது. ஆனால் என்னால் அதன் குளிரை உணர முடியவில்லை. உறக்கத்தில் நடப்பதைப்போல் தோன்றியது. நான் அமர்ந்திருந்த தரை குளிர்ந்திருந்தது. நிலத்தின் அதே தொடுகை, அதே தன்மை, அதே சிலீரிடும் குளிர். எனினும் அந்தக் குளிர் என்னைத் தொடவில்லை. அதனால் என்னை அடையமுடியவில்லை. கனவில் கண்ட கடலின் குளுமைபோலிருந்தது அது. நான் அந்தக் கடலில் நீந்திச் சென்றேன். நிர்வாணமாக இருந்த எனக்கு நீந்தத் தெரியவில்லை. ஆனால் என்னால் கடலின் குளுமையை உணரமுடியவில்லை. அதேசமயம், நான் கடலுக்குள் மூழ்கவுமில்லை. அவருடைய குரலும்கூட கனவில் ஒலிக்கும் குரல்களைப்போலவே இருந்தது. அந்தக் குரல் எனக்கு அருகிலேயே இருந்தது. எனினும், எங்கோ தொலைவிலிருந்து ஒலிப்பதைப்போல இருந்தது, எங்கோ தொலைவிலிருந்து பேசப்பட்டு வெகுஅருகில் அதன் ஒலி எழுவதைப்போலிருந்தது. மேலிருந்தா கீழிருந்தா, வலப்புறமிருந்தா இடப்புறமிருந்தா, எங்கிருந்து இந்தக் குரல்கள் எழுகின்றன என்பதை நம்மால் அறியமுடியாது. அந்தக் குரல்கள் பூமியின் ஆழத்திலிருந்து எழுவதாகவோ, கூரை முகடுகளிலிருந்தோ அல்லது சொர்க்கங்களிலிருந்தோ விழுவதாகவோத்தான் நமக்குத் தோன்றும். வெளியெங்கும் சுற்றித்திரியும் காற்று, நம் செவிகளை அடைவதைப்போல அவை அனைத்துத் திசைகளில் இருந்தும்கூட நம்மை வந்துசேரும்.

ஆனால் இது கனவல்ல. என் செவிகளுக்குள் புகும் காற்றல்ல இது. என் எதிரிலே, தரையில் அமர்ந்திருக்கும் இந்தப் பெண் நிஜமானவர், எனது செவிகளுக்குள் ஒலிக்கும் இந்தக் குரல், ஜன்னலும் கதவும் இறுக்கமாகப் பூட்டப்பட்டிருக்கும் இந்தச் சிறையறைக்குள் ஒலிக்கும் இந்தக் குரல், இதோ இந்தப்பெண் பிர்தவ்ஸின் குரலாக மட்டுமே இருக்கமுடியும்.

2

நான் பேசவேண்டும். இடையூறு செய்யாதீர்கள். உங்கள் பேச்சைக் கேட்பதற்கு என்னிடம் நேரமில்லை. இன்று மாலை ஆறு மணிக்கு என்னை அழைத்துச் சென்றுவிடுவார்கள். நாளை காலை நான் இங்கு இருக்கமாட்டேன். மனிதன் அறிந்த எந்த இடத்திலும் நான் இருக்கமாட்டேன். இவ்வுலகில் வாழும் எவருமே அறிந்திராத ஓர் இடத்திற்கு பயணிக்கப்போவதை எண்ணி நான் பெருமிதம்கொள்கிறேன். மன்னர்கள், இளவரசர்கள், ஆள்பவர்கள் உள்ளிட்ட அனைவரையும்விடவும் என்னை சக்திவாய்ந்தவளாக்கி, என்னைப் பெருமிதம்கொள்ளச்செய்யும் ஏதோவொரு செயலைத்தான் எனது இந்த வாழ்வு முழுவதும் தேடியலைந்தேன். நான் மேற்கூறியவர்களுள் எவனோ ஒருவனின் முகத்தை செய்தித்தாள்களில் காண நேரிடும் ஒவ்வொருமுறையும் அந்த முகத்தில் காறி உமிழ்வேன். எனது சமையலறை அடுக்குகளில் விரிப்பதற்காக உபயோகிக்கப்போகும் ஒரு காகிதத்துண்டில்தான் உமிழ்கிறேன் என்பதை நான் அறிந்தேயிருந்தேன். எனினும், நான் அதில் உமிழ்வேன், செய்தித்தாளில் அந்த எச்சில் அப்படியே உலரும்படியும் விட்டுவிடுவேன்.

இவ்வாறு நான் காறி உமிழ்வதைக் காணும் எவருமே, அம்மனிதனை தனிப்பட்ட முறையில் நான் அறிந்திருப்பேன் என எண்ணக்கூடும். ஆனால் அவனை நான் அறிந்திருக்கமாட்டேன். நானோ ஒரு தனிப்பெண். செய்தித்தாள்களில் முகம் வெளியிடப்படும் அனைத்து ஆண்களையும் ஒரு தனிப்பெண் அறிந்திருக்க முடியாது. இத்தனைக்கும், நானொரு வெற்றிகரமான விபச்சாரிதான். ஒரு விபச்சாரி எத்தனை வெற்றிகரமானவளாக இருப்பினும், அவளால் அனைத்து ஆண்களையும் அறிந்திருக்க முடியாது. எனினும், நான் சந்தித்த அனைத்து ஆண்களின்மீதும் எனக்கு ஒரு பெருவிருப்பம் இருந்தது. எனது கையை உயர்த்தி, அவர்களின் முகத்தில் ஓங்கி அறைய வேண்டும். ஆனால் நானொரு பெண்ணாக இருந்ததாலேயே என் கையை உயர்த்துவதற்கான

தைரியம் எனக்கு இருந்ததில்லை. நானொரு விபச்சாரியாக இருந்ததாலேயே, எனது அச்சத்தை எனது ஒப்பனைகளின்கீழே புதைத்து வைத்தேன். நானொரு வெற்றிகரமான விபச்சாரியாக இருந்ததாலேயே, மதிப்புமிகுந்த உயர்குடிப் பெண்கள் அணிந்துகொள்ளும் மிக விலையுயர்ந்த, சிறப்பான ஒப்பனைகளையே நானும் அணிந்துகொண்டேன். உயர்குடிப்பெண்களுக்கு மட்டுமே சிகையலங்காரம் செய்துவிடும் ஒப்பனைக் கலைஞர்களைக்கொண்டே நானும் எனது சிகையை அலங்கரித்துக்கொண்டேன். எனது உதடுகளின் வசீகரத்தன்மையை மறைக்காதவாறு, அதேசமயம், அதீத கவனத்தை ஈர்க்காதவாறும் இயற்கைவண்ணம்கொண்ட சிறப்பான உதட்டுப்பூச்சுகளையே நான் எப்போதும் பூசிக்கொண்டேன். அதிகார வர்க்கத்தின் உயர்பதவிகளில் வீற்றிருந்த அதிகாரிகளின் மனைவிகளைப்போல, எனது விழிகளைச்சுற்றி நான் வரைந்திருந்த கனகச்சிதமான கருமைக்கோடுகள், கவர்ச்சியையும் நிராகரிப்பையும் சரிவிகிதக் கலவையில் எடுத்துக்காட்டும்விதமாய் இருந்தன. எனது ஒப்பனையும் சிகையலங்காரமும் விலையுயர்ந்த காலணிகளும் மட்டுமே 'உயர்வகுப்பினருடையது'போல இருந்தன. எனது மேல்நிலைக்கல்விச் சான்றிதழும், நசுக்கப்பட்ட எனது விருப்பங்களும் நான் மத்தியத்தரக் குடும்பத்தைச் சேர்ந்தவளாய் காட்டின. பிறப்பால் பார்த்தோமானால், நான் கீழ்நிலை வகுப்பைச் சேர்ந்தவளே.

எழுத, படிக்கத்தெரியாத ஓர் ஏழை விவசாயியாகிய என் தந்தை, வாழ்வின் ஒருசில விஷயங்களை மட்டுமே அறிந்திருந்தார். பயிர்களை வளர்ப்பது எப்படி, எதிரியால் நஞ்சூட்டப்பட்ட தனது எருமையை அது சாகும்முன்னரே விற்பது எப்படி, தனது கன்னி மகளுக்குத் திருமணம் முடிக்க மேலும் காலம் இருந்தபோதும் வரதட்சணைப் பணத்திற்காய் அவளை பண்டமாற்று செய்வது எப்படி, அடுத்தவர் வயல்வெளிகளில் பயிர்கள் முற்றியதும், தனது அண்டை வீட்டினையும்விட விரைவாக அவற்றைக் கொள்ளையடிப்பது எப்படி போன்ற சில விஷயங்களைத்தான் அவர் அறிந்திருந்தார். ஊர்த்தலைவரின் முன், சிரம்தாழ்த்தி அவருடைய கரங்களில் முத்தமிடுவதைப்போல பாசாங்கு செய்யவும், ஒவ்வோர் இரவும் தன் மனைவியை அடித்துத் துன்புறுத்தவும் மட்டுமே அவர் அறிந்திருந்தார்.

ஒவ்வொரு வெள்ளிக்கிழமை காலைவேளையிலும், தூய்மையான கலேபியா (நீள் அங்கி) அணிந்து, மசூதியில் நிகழும் வாராந்திர தொழுகையில் பங்குகொள்ள அவர் கிளம்புவார். தொழுகை முடிந்ததும், அவரைப்போலவே தோற்றமளித்த மற்ற ஆண்களுடன் சேர்ந்து அவரும் நடந்துவருவதைக் கண்டிருக்கிறேன். வெள்ளிக்கிழமையின் மதபோதனை குறித்தும், விஞ்சமுடியாதவற்றையும் விஞ்சி நிற்கும் உறுதியுடனும், பேச்சுத்திறனுடனும் விளங்கிய இமாம் (இசுலாமிய குரு) அவர்களின் பெருமைகள்குறித்தும், அவர்கள் தமக்குள் பேசியபடியே நடந்து வந்தனர். திருடுவது ஒரு பாவச்செயல், கொல்வது ஒரு பாவச்செயல், பெண்ணின் கௌரவத்தை களங்கப்படுத்துவது ஒரு பாவச்செயல், அநீதி ஒரு பாவச்செயல், மற்றொரு உயிரை அடித்துத் துன்புறுத்துவது ஒரு பாவச்செயல் என்பதெல்லாம் எத்தனை பெரும் உண்மைகளல்லவா? அனைத்திற்கும் மேலாக, கீழ்ப்படிதலும் தன் நாட்டை நேசித்தலும் ஒருவரின் கடமை என்பதை எவராலும் மறுக்கவேமுடியாது. அரசாள்பவரை நேசிப்பதும், அல்லாவை நேசிப்பதும் ஒன்றுதாம், அவையிரண்டும் பிரிக்கமுடியாதவையும்கூட. நம்மை ஆள்பவரை இன்னும் பல ஆண்டுகள் அல்லா ஆசீர்வதித்துக் காப்பாற்ற வேண்டும், நமது நாட்டிற்கும் அரேபிய நாட்டிற்கும், ஒட்டுமொத்த மனித இனத்திற்கும் அகத்தூண்டுதலை அளிக்கவல்லவராக அவர் நீடிக்க வேண்டும்.

புனிதர் இமாம் கூறிய அனைத்தையும் போற்றி, தம் தலைகளை ஆட்டி, அவற்றை ஆமோதித்தபடியே குறுகிய சந்துகளின்வழியாக அவர்கள் நடந்துவருவதை நான் கண்டேன். தம் கரகரத்த குரல்களில், இடைவெளியேயின்றி அல்லாவின் பெயரை உச்சரித்தபடியும், அவரது ஆசிகளை வேண்டியும் அடங்கிய தொனியில் முணுமுணுத்தபடியே அவர்கள் நடந்தனர். தம் தலைகளை ஆட்டிக்கொண்டும், கைகளை ஒன்றோடொன்று அழுந்த தேய்த்துக்கொண்டும், புருவங்களை துடைத்துக் கொண்டும் அவர்கள் நடந்துசெல்வதைக் கண்டேன்.

அப்போது, நான் நீர்நிறைந்த கனமான மட்பாண்ட குடுவையொன்றை என் தலையின்மீது சுமந்துகொண்டிருந்தேன். அதன் கனம் தாளாமல் என் கழுத்து அவ்வப்போது முன்னும் பின்னும், அப்படியும் இப்படியும் வெட்டி இழுத்தபடியே இருந்தது. குடுவை கீழே விழாமல் இருப்பதற்காக, அவ்வப்போது என்

தலையை நானே சமன்படுத்திக்கொள்ள வேண்டியிருந்தது. கழுத்தை நேராக நிறுத்தி நடந்திட என் தாய் எனக்குக் கற்றுக்கொடுத்திருந்தார், அதுபோலவே நான் நடைபோட்டேன். அப்போது நான் சிறுமியாகத்தான் இருந்தேன். எனக்கு முலைகள் தோன்றியிருக்கவில்லை. ஆண்களைப்பற்றி அப்போது நான் ஏதும் அறிந்திருக்கவும் இல்லை. எனினும், அல்லாவின் பெயரையும் அவர்தம் புனித மொழிகளையும் தொடர்ச்சியாக கரகரப்பான குரலில், அடங்கிய தொனியில் அவர்கள் உச்சரித்ததையும், அல்லாவின் ஆசிகள்வேண்டி முணுமுணுத்ததையும் கேட்டேன். அவர்கள் தலைகளை ஆட்டுவதை, தம் கைகளை ஒன்றோடொன்று அழுந்தத் தேய்த்துக்கொள்வதை, விகாரமான சத்தத்துடன் தம் தொண்டைகளை செருமிக்கொள்வதை, தமது கக்கங்களையும் தொடையிடுக்குகளையும் அவ்வப்போது சொறிந்துகொள்வதையும் கவனித்தேன். தம்மைச்சுற்றி நடப்பவை அனைத்தையும் எச்சரிக்கையுடன், சந்தேகம்கொண்ட திருட்டுப்பார்வையுடன் அவர்கள் நோட்டம் விடுவதையும் நான் கவனித்தேன். எந்நேரத்திலும் பாய்ந்து தாக்கும் வெறியுடன் இருந்த அவர்களின் பார்வையில் ஒரு விசித்திர இழிவுத்தன்மையும் இருந்தது.

சிலசமயங்களில், அவர்களுள் யார் என் தந்தை என்பதை என்னால் கண்டுபிடிக்க முடியாது. அவர்கள் அனைவரும் ஒன்றேபோல் தோன்றியதால் என்னால் அவரை அடையாளங்காண முடிவதில்லை. எனவே, ஒருநாள் எனது தாயிடம், என் தந்தை குறித்து வினவினேன். தந்தை இல்லாமல் எப்படி என் தாயால் என்னைப் பெற்றெடுத்திருக்க முடியும்? இந்தக் கேள்வியை நான் கேட்டதும் என் தாய் முதலில் என்னை அடித்தார். பின்னர் ஒரு பெண்மணியை அழைத்துவந்தார். சிறிய கத்தியையோ, சவரக்கத்தியையோ வைத்திருந்த அப்பெண், என் தொடைகளின் இடையேயிருந்து ஒரு துண்டு சதையை வெட்டியெறிந்தார்.

அன்றைய இரவு முழுவதும் நான் அழுதபடியே இருந்தேன். மறுநாள் முதல், என் தாய் என்னை வயல்களுக்கு அனுப்பவில்லை. வழக்கமாக, என் தலைமீது எருபாரத்தைச் சுமத்தி, வயல்களுக்கு என்னை அவர்தான் அனுப்புவார். எங்கள் குடிசையில் இருப்பதைவிடவும் வயல்களுக்குச் செல்லவே நான் பெரிதும் விரும்பினேன். அங்கு, ஆடுகளுடன்

விளையாடுவேன், நீர் இறைத்துக்கொட்டும் சக்கரத்தின்மீது தாவி ஏறுவேன், பையன்களுடன் சேர்ந்து அங்கிருக்கும் ஓடையில் நீந்துவேன். நான் நீருக்கடியில் இருக்கையில், மொகமதீன் எனும் ஒரு சிறுவன் என்னைக் கிள்ளுவான், பிறகு சோளத்தட்டைகளால் ஆன ஒரு சிறுகுடிலுக்கு என்னை அழைத்துச் செல்வான். அங்கு குவிக்கப்பட்டிருக்கும் வைக்கோலின்மீது என்னைப் படுக்கவைத்து, என் கலேபியாவை உயர்த்துவான். நாங்கள் 'மணமகன்-மணமகள்' ஆட்டத்தை விளையாடுவோம். என்னுடலின் ஒரு குறிப்பிட்ட பகுதியில் கூர்மையானதொரு சுகத்தை என்னால் உணரமுடிந்தது. அது எந்தப் பகுதி என எனக்குச் சரியாகத் தெரியவில்லை. பின்னர், என் கண்களை மூடிக்கொண்டு அதே பகுதியை தொட்டுப் பார்ப்பேன். தொட்ட மறுநொடியே, முன்னர் நான் அனுபவித்த அதே சுகத்தை மீண்டும் துய்ப்பேன். சூரியன் மறையும்வரை நாங்கள் இந்த விளையாட்டை விளையாடினோம். பின்னர், பக்கத்து வயலிலிருந்து அவனது தந்தை அவனை அழைக்கும் ஒலி கேட்கும். அவனை நான் இழுத்துப்பிடிப்பேன். ஆனால் மறுநாளும் கண்டிப்பாக வருவதாக உறுதிகூறிவிட்டு அவன் ஓடிவிடுவான்.

ஆனால் என் தாய், இப்போதெல்லாம் என்னை வயல்களுக்கு அனுப்புவதேயில்லை. சூரியன் உதிக்கும்முன்னரே, தன் முஷ்டியால் என் தோளில் இடித்து என்னை எழுப்பிவிடுவார். எழுந்ததும் ஒரு மட்பாண்டக் குடுவையை சுமந்துகொண்டு நீர் நிரப்பிவரச் செல்வேன். திரும்பிவந்ததும், தொழுவத்தை கூட்டிப் பெருக்கிச் சுத்தம் செய்து, எருவறட்டிகளை உருட்டி வெயிலில் காயவைக்க வேண்டும். அடுக்களை வேலையிருக்கும் தினங்களில், மாவைப் பிசைந்து ரொட்டிகள் சுட்டுவைப்பேன்.

மாவு பிசையவேண்டிய கிண்ணத்தை என் கால்களிடையே இறுக்கிப் பிடித்துக்கொண்டு, தரையில் குத்துக்காலிட்டு அமர்ந்துகொள்வேன். அவ்வப்போது, நெகிழ்ந்துகிடக்கும் மாவுப்பந்தை காற்றில் வீசியெறிந்து, மீண்டும் கிண்ணத்தில் பிடித்துக்கொள்வேன். அடுப்பின் வெப்பம் முழுவதும் என் முகத்தின்மீதுதான் விழும். என் தலைமுடி இழைகளைத் தீ பொசுக்கும். அருகில் புத்தகம் படித்துக் கொண்டிருக்கும் என் மாமாவின் கை, மெல்ல ஊர்ந்துவந்து எனது கால்களைத் தொடுவதை உணரும்போதுதான், வேலை மும்முரத்தில் எனது தொடைகளையும் தாண்டி என்

கலேபியா விலகியிருப்பதைக் கவனிப்பேன். அடுத்த நொடியே எச்சரிக்கையுணர்வுடன், திருட்டுத்தனமாக, நடுங்கியபடியே அவர் விரல்கள் என் தொடைகளில் மேலேறுவதை உணர்ந்தேன். எங்கள் வீட்டின் வாயிலில் காலடியோசைகள் கேட்கும்போதெல்லாம் உடனே அவர், தன் விரல்களை இழுத்துக் கொள்வார். எங்களைச் சுற்றி முழுமையான நிசப்தம் விழும்பொழுது, அடுப்பிற்குள் வைப்பதற்காக நான் முறிக்கும் சுள்ளிகளின் ஓசையும், குறட்டைவிடுகிறாரா, விழித்திருக்கிறாரா, பெருமூச்செறிகிறாரா என்பதை அறிந்துகொள்ளமுடியாதவாறு என் மாமா வெளியிடும் சுவாச ஒலி மட்டுமே கேட்கும் வேளைகளிலும், அவரது கரம் மிருகத்தனமான பலத்துடன் எனது தொடைகளைப் பற்றும்.

முன்னர், மொகமதீன் என்னிடம் செய்ததையேதான் இவரும் செய்தார். உண்மையில், அவனைவிடவும் அதிகளவில் செய்தார். எனினும், எனது உடலின் மறைக்கப்பட்டிருந்த, ஆனால் நான் பழக்கப்பட்டிருந்த ஒரு பகுதியிலிருந்து, முன்னர் பீறிட்ட அந்த வீரியமான சுகத்தை இம்முறை நான் உணரவேயில்லை. எனது விழிகளை மூடியபடி அந்த சுகத்தை அடையமுயன்றேன். ஆனால் அது வீண்முயற்சியாகவே முடிந்தது. உடலில் அந்த இன்பம் தோன்றும் துல்லியமான பகுதியை இப்போது என்னால் நினைவுபடுத்த இயலவில்லை என்பதாகவும், எனது உடலில் ஒரு பகுதி, எனது இருத்தலின் ஒரு பகுதி அழிந்துவிட்டதைப்போலவும் இனி, அது எனக்கு மீண்டும் கிடைக்காது என்பதுபோலவும் தோன்றியது.

என் மாமா இளைஞரல்ல; வயதில் என்னைவிட மிகவும் மூத்தவர். எழுதப் படிக்கத் தெரியாத சிறுமியாக நான் இருந்த காலத்திலேயே, அவர் கெய்ரோவிற்கு தன்னந்தனியாகப் பயணித்து அல் அசார் பள்ளியில் பயின்றவர். சிலசமயங்களில், எனது விரல்களிடையே சுண்ணாம்புக்கட்டியை நுழைத்து அலிப், பா, கிம், தால் எனப் பலகையில் எழுதவைப்பார். 'அலிப்மேல் புள்ளி வரக்கூடாது, பாவின்கீழ் ஒற்றைப்புள்ளி உள்ளது, கிம்மின் இடையில் ஒரு புள்ளி உள்ளது, தாலில் எதுவுமே வராது' எனக் கூறிவிட்டு, அவற்றை மீண்டும் என்னை கூறச் சொல்லுவார். குரானை ஓதுவதைப்போலவே இபுன் மாலிக்கின் ஆயிரம் வரிக் கவிதையையும் தலையை ஆட்டியபடியே அவர் ஓதுவதை நான் கண்டிருக்கிறேன்.

அவரைப்போலவே, தலையை ஆட்டியபடியே ஒவ்வொரு வார்த்தையையும் அவரோடு சேர்ந்து நானும் உச்சரிப்பேன்.

விடுமுறைக்காலம் முடிந்ததும், கழுதையின் மீதேறி, டெல்டா ரயில்நிலையம் நோக்கி மாமா புறப்படுவார். முட்டைகள், பாலாடைக்கட்டிகள், ரொட்டித்துண்டுகள், அவருடைய புத்தகங்கள், துணிகள் நிறைந்த ஒரு பெரிய கூடையைச் சுமந்தபடி நான் அவர் பின்னாலேயே செல்வேன். வழிநெடுக, கோட்டையின் அருகில் இருந்த மொகமத் அலி வீதியில் இருந்த தன் அறைகுறித்தும், அல் அசார், அதாபா சதுக்கம், டிராம் வண்டிகள் மற்றும் கெய்ரோவில் வாழும் மக்கள்குறித்தும் அவர் என்னிடம் கூறியபடியே வருவார். சிலநேரங்களில் இனிமையான குரலில் பாடவும் செய்வார்; அப்போது கழுதையின் அசைவுகளுக்கேற்ப அவர் உடலும் தாளலயத்துடன் அசைந்தாடும்.

ஆழ்கடல்களிலும்கூட நான் உன்னைக் கைவிடவில்லை

ஆனால் வறண்ட நிலத்தின்மீது நீ என்னைக் கைவிட்டாய்

மின்னும் பொன் கொடுத்தபோதும் நான் உன்னைத் தந்திடவில்லை

ஆனால் அற்ப வைக்கோலுக்காய் நீ என்னை விற்றுவிட்டாய்

ஓ, என் நீள் இரவே

ஓ, என் விழிகளே, ஓ...

தொடர்வண்டி வந்ததும் என் மாமா அதில் தாவியேறிக்கொண்டு என்னிடமிருந்து விடைபெறுவார். ஆனால் என்னையும் கெய்ரோவிற்கு அழைத்துச்செல்லுமாறு அவரிடம் அழுது புலம்பி மன்றாடுவேன்.

"பிர்தவ்ஸ், கெய்ரோவில் நீ என்ன செய்வாய்?"

"அல் அசாருக்குச் சென்று, நானும் உங்களைப்போலவே படிக்கப் போகிறேன்."

அவர் சிரித்தபடியே, 'அல் அசார் ஆண்களுக்கு மட்டுமேயானது' என்பார். தொடர்வண்டி நகரத் துவங்கியதுமே நான், அவர் கைகளைப் பிடித்துக்கொண்டு அழுவேன். திடீரென வலுவாக என் கையைத் தட்டிவிடுவார், நான் தட்டுத்தடுமாறி கீழே விழுவேன்.

குனிந்ததலையுடன் வந்தவழியே திரும்பிச் செல்வேன், என் கால்விரல்களின் வடிவத்தைப் பார்த்தபடி, என்னைப்பற்றி நானே ஆழ்ந்து சிந்தித்தபடி, பல கேள்விகள் என் மனதுக்குள் ஒலிக்க, கிராமத்துச் சாலையில் நடந்துசெல்வேன். நான் யார்? என் தந்தை யார்? என் வாழ்க்கை முழுவதையும், மாட்டுத்தொழுவத்தைச் சுத்தம் செய்வதிலும், தலைமேல் எருச்சாணத்தைச் சுமப்பதிலும், ரொட்டிக்கு மாவு பிசைவதிலும், ரொட்டிகள் சுடுவதிலும்தான் நான் செலவழிக்க வேண்டுமா?

ரயில் நிலையத்திலிருந்து திரும்பியதும் என் வீட்டின் சுவர்களை அப்போதுதான் முதன்முறை பார்ப்பதைப்போல வியப்புடன் பார்த்தேன். நான் இங்கு பிறக்கவில்லையென்பதுபோல, சுற்றும்முற்றும் திகைப்புடன் பார்த்தேன்.வானிலிருந்து திடீரென விழுந்தோ அல்லது பூமியின் ஆழத்திலிருந்து வெளியேறியோ, எனது தந்தையல்லாத ஒரு தந்தைக்கும், எனது தாயல்லாத ஒரு தாய்க்கும் பிறந்து, எனதல்லாத வீட்டில் வந்து சேர்ந்துவிட்டதாக எண்ணினேன். கெய்ரோவைப் பற்றியும், அதன் மக்களைப்பற்றியும் என் மாமா கூறியிருந்தவைதான் என்னை இப்படி மாற்றிவிட்டதோ? நான் உண்மையிலேயே, எனது தாய்க்குதான் பிறந்தேனா அல்லது என் தாய் வேறு எவரோதானா அல்லது எனது தாய்க்கு மகளாகப் பிறந்து, பின்னாளில் நான் எவராகவோ மாறிவிட்டேனா அல்லது என் தாயிடமிருந்து என்னால் வேறுபடுத்திப் பார்க்கமுடியாத வேறொரு பெண்ணாக என் தாய் உருமாறிவிட்டாரா?

நான் முதன்முதலில் பார்த்தபோது, என் தாய் எப்படித் தோற்றமளித்தார் என நினைவுகூர முயன்றேன். என்னால் இரு கண்களைத்தான் நினைவுகூர முடிந்தது. குறிப்பாக, என் தாயின் விழிகளைத்தான் என்னால் நினைவில் இருத்திக்கொள்ள முடிந்திருக்கிறது. அவற்றின் வடிவத்தையோ அல்லது நிறத்தையோ என்னால் விளக்கிக்கூறமுடிவதில்லை. அவற்றின் பார்வையிலிருந்து நான் மறைந்து போனாலும் அவற்றால் என்னைக் காணமுடியும், நான் எங்கு சென்றாலும் அவை என்னைப் பின்தொடர்ந்தபடியேதான் இருக்கும், நான் எங்கேனும் தடுமாறி விழப்போனாலும் அந்த விழிகள் என்னைத் தாங்கிப் பிடித்துக்கொள்ளும்.

காலடியெடுத்து வைக்க முயன்றபோதெல்லாம் நான் விழுந்தேன், பின்னாலிருந்து ஏதோவொரு சக்தி என்னை உந்தியதால் நான் முன்னோக்கி விழுந்தேன், என் முன்னாலிருந்த ஏதோவொரு பாரம் என்மீது அழுத்தியதால் பின்னோக்கியும் விழுந்தேன். காற்றின் அழுத்தம் என்னை நசுக்குவதைப் போலிருந்தது; பூமி என்னைத் தன் ஆழங்களுக்குள் இழுத்துக்கொள்ள முயல்வதைப்போல் இருந்தது. ஆனால் இத்தனையையும் கடந்து, என் கைகளையும் கால்களையும் ஆட்டி எழுந்து நிற்பதற்காக நான் முயன்றபடியே இருந்தேன். ஆனால் கரைகளோ, படுகையோ அற்ற முடிவற்ற கடலொன்றின்மீது தள்ளாடும் ஒரு பொருள் மூழ்கும்போது, கடலலைகளால் அடித்துச் செல்லப்படுவதைப்போலவும், அதே பொருள் மிதக்கும்போதோ காற்றால் அலைக்கழிக்கப்படுவதைப்போலவும், பல்வேறு சக்திகளாலும் பல திசைகளிலும் தொடர்ந்து பந்தாடப்பட்டு கீழே விழுந்தபடியே இருந்தேன். கடலுக்கும் வானுக்குமிடையே தொடர்ந்து மூழ்குவதும் எழுவதுமாக இருந்த என்னை, அந்த இரு விழிகள் மட்டும் தாங்கிக்கொண்டன. அந்த விழிகள் அகன்று இருந்தனவா அல்லது இடுங்கி இருந்தனவா, அவற்றைச் சுற்றிலும் இமைகள் இருந்தனவா என்பதுகூட எனக்கு நினைவில்லை. ஆழ்ந்த கருமையான இரு கோளங்களைச் சுற்றியிருந்த ஆழ்வெண்மையான இரு வளையங்கள் மட்டுமே என் நினைவுக்கு வருகின்றன. சூரியனும் சந்திரனும் இல்லாமல் இந்த பூமி அடர்கருமையுடனும், வானம் இரவின் இருளிலும் தோய்ந்துபோயிருந்ததால், அந்த விழிகளின் வெண்மை மேலும் வெண்மையாகுமாறும், அவற்றின் கருமை மேலும் கருமையுடன் துலங்குமாறும் செய்திட சூரியனோ, சந்திரனோ அல்லாததொரு மாயவெளியிலிருந்து அவ்விழிகளுக்குள் சூரியஒளி நிரம்பிக்கொண்டிருப்பதாக எனக்குத் தோன்றியது.

அவர்தான் எனது தாய் என என்னால் கூறமுடியும். ஆனால் எப்படி என்பதை நானே அறிந்ததில்லை. எனவே, எனக்கு வேண்டிய கதகதப்பை வேண்டி, அவர் உடலை நோக்கி நான் நகர்வேன். எங்கள் குடிசை குளிரால் நிரம்பியிருக்கும். ஆனால் குளிர்காலத்தில் அடுப்படியின் மூலையில் போடப்பட்டிருந்த என் கோரைப்புல் பாயையும் தலையணையையும் நகர்த்தி, வடக்குதிசை பார்த்த சிறுஅறையில் போட்டுவிட்டு, அடுப்படியின்

அந்த கணப்பான இடத்தை என் தந்தை ஆக்கிரமித்துக் கொள்வார். அந்தக் குளிரில் என்னைச் சூடேற்றுவதற்கு பதில், என்னைத் தனியே தவிக்கவிட்டு, என் தந்தையின் உடலுக்குச் சூடேற்ற என் தாய் சென்றுவிடுவார். கோடைகாலங்களிலோ, என் தாய் ஒரு தகரக் குவளையில் குளிர்ந்த நீரை மொண்டு, என் தந்தையின் பாதங்களைக் கழுவி விடுவதை நான் கண்டிருக்கிறேன்.

நான் ஓரளவு பெரியவளானதும், என் தந்தை அதே குவளையை என் கைகளில் திணித்து, அவரது கால்களைக் கழுவக் கற்றுத்தந்தார். எனது தாய்க்குப்பதிலாக நான் வீட்டு வேலைகளை செய்யத் துவங்கியிருந்தேன். எனது தாயைக் காணவில்லை. அவருக்குப்பதிலாக எங்கள் வீட்டுக்கு வந்த மற்றொரு பெண்மணி என் கைகளில் இருந்த அந்தக் குவளையை தட்டிப் பறித்துக்கொண்டார். அவர்தான் என் தாயென என் தந்தை கூறினார். உண்மையில், அவரும் பார்ப்பதற்கு என் தாயைப் போலவேதான் இருந்தார்; என் தாயைப்போன்றே அதே நீளமான ஆடைகள், அதே முகம், அதே நடை. ஆனால் நான் அவருடைய விழிகளை உற்று நோக்கியபோதுதான், அவர் என் தாயல்ல என்பதைத் தெரிந்துகொண்டேன். நான் கீழே தவறி விழும்போதெல்லாம் என்னை தாங்கிப் பிடித்துக்கொண்ட விழிகள் அல்ல அவை. அடர் கருங்கோளங்களைச் சுற்றியிருந்த தூய வெண்ணிற வளையங்களைக் கொண்ட விழிகள் அல்ல அவை. ஒவ்வொருமுறையும் அவ்விழிகளை நான் காணும்போதும் அதன் வெண்மை மேலும் வெண்மையாகுமாறும், அதன் கருமை மேலும் கருமையடையுமாறும், சூரியனில் இருந்தோ அல்லது சந்திரனில் இருந்தோ ஒளிவெள்ளம் பாய்ந்துகொண்டிருந்த விழிகள் அல்ல அவை.

வெகுபிரகாசமாக சூரியன் ஒளிர்ந்தபோதும்கூட, அந்நாள் மிகுந்த ஒளிமிக்க நாளாக இருந்தபோதும்கூட, இந்தப் பெண்ணின் விழிகளை அந்த ஒளி தீண்டியதேயில்லை. ஒருநாள், சூரிய ஒளி நேரடியாக அவரது முகத்தில் விழுமாறு அவருடைய முகத்தை என் கைகளில் ஏந்திப் பிடித்திருந்தேன். அப்போதும்கூட அந்த விழிகள் அணைந்துபோன இரு விளக்குகள்போலச் சோர்வுடன், ஒளிபுகாவண்ணம் இருந்தன. அன்றைய இரவுமுழுதும் நான் தனிமையில் அழுதுகொண்டேயிருந்தேன். என்னருகில் உறங்கிக்கொண்டிருந்த என் குட்டிக்குட்டி சகோதர, சகோதரிகள் என் அழுகையைக்

கேட்டு எழுந்துவிடக்கூடாது என்பதால், என் விசும்பல்களை கட்டுப்படுத்திக் கொண்டேன். மற்றெல்லோரையும்போலவே எனக்கும் நிறைய தம்பிகளும் தங்கைகளும் இருந்தனர். வசந்தகாலத்தில் பிறந்து, குளிர்காலத்தில் நடுங்கி, தம் சிறகுகளை இழந்து, கோடையில் வயிற்றுப்போக்கால் பாதிக்கப்பட்டு, பலவீனமடைந்து, மூலைக்கொன்றாய் சிதறி இறந்துபோகும் கோழிக்குஞ்சுகள் போலவே அவர்களும் இருந்தனர்.

என் தந்தை, தனது பெண்குழந்தைகளில் ஒன்று இறந்துபோன அன்றும்கூட தன் இரவு உணவை உண்டார், அவருடைய கால்களை என் தாய் கழுவிவிட்டார், வழக்கம்போலவே அவர் அன்றும் உறங்கச்சென்றார். இறந்தது ஆண் குழந்தையாக இருந்தாலோ, என் தாயை அவர் நன்கு அடிப்பார், பிறகு தன் இரவு உணவை உண்பார், பிறகு வழக்கம்போல உறங்கச் சென்றுவிடுவார்.

என்ன நடந்தாலும், இரவு உணவை உண்ணாமல் என் தந்தை உறங்கச் சென்றதேயில்லை. சிலசமயங்களில், எங்கள் வீட்டில் உணவு இல்லாதுபோனால், அன்றைய இரவு நாங்கள் பசித்த வயிறுகளுடனேயே உறங்கச் செல்வோம். ஆனால் என் தந்தை, உணவு உண்ணாமல் உறங்கியதேயில்லை. என் தந்தைக்கான உணவை, அடுப்பிற்குள் மறைவாயிருக்கும் துளை ஒன்றினுள் என் தாய் ஒளித்துவைத்திருப்பார். அவர் உண்பதை நாங்கள் அனைவரும் பார்த்துக்கொண்டிருக்க, அவர் மட்டும் தன்னந்தனியாக உண்டு முடிப்பார். ஒரு நாள், கடும்பசியிலிருந்த நான் அவரது உணவுத்தட்டை நோக்கி என் கையை நீட்டினேன். உடனே, என் விரல்களின்மீது அவர் பலமான அடி கொடுத்தார்.

மிகுந்த பசியில் இருந்ததால் அப்போது என்னால் அழக்கூட முடியவில்லை. எனவே, அவர்முன்னே அமர்ந்து அவர் உண்பதையே பார்த்துக் கொண்டிருந்தேன். உணவுக் கிண்ணத்துக்குள் அவரது விரல்கள் அமிழ்ந்து, உணவை அள்ளி, காற்றில் எழும்பி, அவர் வாய்க்குள் உணவைத் திணிப்பதுவரை அவரது கையையே என் விழிகள் பின்தொடர்ந்துகொண்டிருந்தன. அவரது வாய், ஒரு ஒட்டகத்தினுடையதுபோல பெரிய திறப்புடனும், அகன்ற தாடைகளுடனும் காட்சியளித்தது. உணவு அரைபடும் பெருத்த ஓசையை எழுப்பியபடி, அவருடைய மேல்தாடை கீழ்த்தாடையை தொடர்ச்சியாக

கவ்விப்பிடித்தது. அவரது பற்கள் ஒன்றோடொன்று இடித்துக் கொள்ளும் ஓசையின்மூலமாக, உணவின் ஒவ்வொரு கவளத்தையும் அவர் நன்றாக மென்று உண்பதை துல்லியமாகக் கேட்கமுடிந்தது. அவரது நாவும்கூட உணவை மெல்லுவதைப்போல அதுவும், அவரது வாய்க்குள் அங்குமிங்கும் சுழன்றது. அவ்வப்போது அவரது நாக்கு வெளியே வந்து அவரது உதடுகளிலும், மோவாயிலும் ஒட்டிக்கொண்டிருந்த பருக்கைகளையும் நக்கி எடுத்துக்கொண்டது.

ஒவ்வொருமுறை அவர் உணவு உண்டுமுடித்ததும் என் தாய், அவர் அருந்த ஒரு குவளை நீர் கொண்டுவந்து தருவார். அதைக் குடித்ததும், வயிற்றுக்குள் இருந்த காற்றை நீண்ட ஒலியோடு வெளியேற்றி, மிக சப்தமாக ஏப்பம் விடுவார். பின்னர், தன் ஹுக்காவை புகைக்கத் துவங்குவார், அந்த அறைமுழுவதும் அடர்புகை சூழும், இருமிக்கொண்டும் செருமிக்கொண்டும், வாய்வழியாகவும், மூக்குவழியாகவும் அந்தப்புகையை உள்ளிழுத்துக் கொள்வார். ஹுக்காவைப் புகைத்து முடித்ததும் அதைக் கீழே வைத்துவிட்டுப் படுத்துவிடுவார், அடுத்த நொடியே அவரது குறட்டையொலியால் எங்கள் குடிசை அதிரத் தொடங்கிவிடும்.

அவர், எனது தந்தையல்ல என்பதை நான் உணர்ந்துகொண்டேன். இதுகுறித்து எவரும் என்னிடம் எதுவுமே கூறியதில்லை என்பதால், எது உண்மை என்பதை என்னால் அறிந்துகொள்ள முடிந்ததில்லை. எனக்குள் நானே, எங்கோ ஆழத்தில் இதை உணர்ந்துகொண்டேன். எவரிடமும் இந்த விஷயத்தைப் பகிர்ந்துகொள்ளாமல் எனக்குள்ளேயே புதைத்துக் கொண்டேன். ஒவ்வொரு கோடை விடுமுறையின்போதும் என் மாமா என் வீட்டிற்கு வருவார். விடுமுறை முடிந்து மீண்டும் அவர் ஊருக்குக் கிளம்பும் ஒவ்வொருமுறையும் நான் அவரது கலேபியாவைப் பிடித்துத் தொங்கிக்கொண்டு, என்னையும் அவருடன் அழைத்துச்செல்லுமாறு கெஞ்சுவேன். என் தந்தையைவிடவும் என் மாமா எனக்கு நெருக்கமானவராக இருந்தார். அவர் மிகவும் வயதுமுதிர்ந்தவர் அல்ல. அவரது அருகில் அமர்ந்து அவருடைய புத்தகங்களை நான் காண அனுமதிப்பார். எனக்கு அகரவரிசை எழுத்துகளைக் கற்பித்தார், எனது தந்தை இறந்ததும் என்னை தொடக்கப்பள்ளிக்கு அனுப்பிவைத்தார். பிறகு,

என் தாயும் இறந்துபோனதும், என்னை அவருடன் கெய்ரோவிற்கே அழைத்துச் சென்றுவிட்டார்.

ஒருவரால் இருமுறை பிறக்கமுடியுமா எனப் பலமுறை நான் வியந்ததுண்டு. என் மாமாவின் அறைக்குள் நுழைந்ததும், அங்கிருந்த ஒரு பொத்தானை அழுத்தினேன். உடனே, அறை முழுவதும் ஒளிவெள்ளத்தால் நிறைந்தது. கண்கூசும் அந்த வெளிச்சத்தைக் கண்டதும் என் விழிகளை மூடிக்கொண்டு பயத்தில் அலறினேன். மீண்டும் என் இமைகளைத் திறந்து பார்த்தேன். அப்போதுதான் இந்த உலகை என் விழிகளின்வழியே முதன்முறை காண்பதைப்போலத் தோன்றியது, பல வருடங்களுக்கு முன்னரே நான் பிறந்துவிட்டேன் என அறிந்திருந்தபோதும் இரண்டாம் முறையாக மீண்டும் பிறந்ததைப்போல் உணர்ந்தேன். அந்த அறையிலிருந்த நிலைக்கண்ணாடியில் என்னைப் பார்த்தேன். இதுவும் எனக்கு மிகப் புதிதுதான். முதலில் அதுவொரு கண்ணாடி என்பதையே நான் அறியவில்லை. முழங்கால்கள் வரை நீண்டிருந்த ஆடையையும், பாதங்களை மறைக்கும் காலணிகளையும் அணிந்திருந்த ஒரு சிறுமியாக என்னை நானே கண்ணாடியில் பார்த்தபோது, மிரண்டுதான் போனேன். அந்த அறையை சுற்றும்முற்றும் பார்த்தேன். அங்கு என்னைத்தவிர வேறு எவருமே இல்லை. கண்ணாடியில் தெரியும் இந்தச் சிறுமி, எங்கிருந்து வந்தாள் என அறியாமலும், அது நான்தான் என உணராமலும் தவித்தேன். ஏனெனில், தரையோடு உரசும் நீண்ட கலேபியாவையே நான் எப்போதும் அணிந்திருப்பேன். எங்கு சென்றாலும் வெற்றுக்கால்களுடனேயே செல்பவளாகத்தான் அதுநாள்வரை இருந்து வந்திருந்தேன். ஆனால் என்னால், என் முகத்தை மட்டும் உடனடியாக அடையாளம் காணமுடிந்தது. இருந்தபோதும், இதற்குமுன்னர் என்னை நானே கண்ணாடியில் கண்டதேயில்லை எனும்போது இதோ, எதிரில் தெரிவது என் முகம்தான் என என்னால் எப்படி உறுதியாகக் கூறமுடியும்? அந்த அறை காலியாக இருந்தது. எனக்கு நேரெதிரிலேதான் அந்த நிலைக்கண்ணாடி இருந்தது. அப்படியானால், அதில் தெரியும் அந்தச் சிறுமி நானாகத்தான் இருக்கமுடியும். நான் பள்ளி செல்லும்போது அணிந்து கொள்வதற்காக அந்த உடையையும் காலணிகளையும் என் மாமா எனக்காக வாங்கித் தந்திருந்தார்.

கண்ணாடியின் முன்னே நின்று, என் முகத்தை உற்றுப் பார்த்துக்கொண்டிருந்தேன். நான் யார்? என்னை பிர்தவ்ஸ் என அனைவரும் அழைப்பர். எனது இந்த உருண்டையான பெரிய மூக்கை எனது தந்தையிடமிருந்தும், எனது இந்த மெல்லிய உதடுகளை என் தாயிடமிருந்தும் பெற்றிருந்தேன்.

என் உடலில் ஒருவித பதைபதைப்பு தொற்றிக்கொண்டது. என் மூக்கின் தோற்றத்தையோ, எனது உதடுகளின் வடிவத்தையோ நான் எப்போதுமே விரும்பியதில்லை. என் தந்தை இறந்துவிட்டார் என்றுதான் இதுநாள்வரை எண்ணியிருந்தேன். ஆனால் என்னுடைய இந்தப் பெரிய, அவலட்சணமான, உருண்டை மூக்கின்மூலம் அவர் வாழ்ந்துகொண்டுதான் இருக்கிறார். என் தாயும் இறந்துவிட்டார்தான் எனும்போதும், என்னுடைய இந்த உதடுகளின்மூலம் அவரும் உயிர்வாழ்ந்துகொண்டுதான் இருக்கிறார். புது உடையும், பாதங்களில் காலணிகளும் அணிந்திருப்பதைத் தவிர, பிர்தவ்ஸாகிய நான் வேறெந்த மாற்றமும் அடைந்திருக்கவில்லை.

அந்தக் கண்ணாடியின்மீது எனக்கு மிகுந்த வெறுப்பு தோன்றியது. அந்த நொடி முதற்கொண்டு நான் மீண்டும் கண்ணாடியைப் பார்க்கவேயில்லை. என் கேசத்தை வாரிடவும், என் முகத்தைத் துடைக்கவும், என் உடையின் கழுத்துப்பட்டையைச் சரிசெய்யவும் அந்தக் கண்ணாடியின் எதிரே நான் நின்றபோதும்கூட, அதில் என்னை நானே பார்த்துக்கொண்டதேயில்லை. என் புத்தகப்பையை எடுத்துக்கொண்டு பள்ளிக்கு ஓடிவிடுவேன்.

பள்ளியை நான் விரும்பினேன். சிறுவர்களாலும் சிறுமிகளாலும் பள்ளி நிறைந்திருந்தது. பள்ளி முற்றத்தின் ஒரு முனையிலிருந்து மறுமுனைக்கு மூச்சிரைக்க ஓடினோம், சூரியகாந்தி மலர் வித்துக்களை பற்களால் வேகமாகக் கடித்து உடைத்தோம், சவ்வுமிட்டாய்களை பெரும் ஒலியுடன் சவைத்தோம், வெல்லப் பாகாலான குச்சிமிட்டாய்களையும், காய்ந்த கரொப்புகளையும் வாங்கிச் சுவைத்தோம், அதிமதுரமும் புளிச்சாறும் கரும்புச்சாறும் பருகினோம். அதாவது, கடுமையான சுவையுடைய அனைத்தையும் தேடித்தேடி உண்டோம்.

பள்ளியிலிருந்து திரும்பியதும், வீட்டைப் பெருக்கிச் சுத்தம் செய்வேன், என் மாமாவின் துணிகளைத் துவைப்பேன், அவருடைய படுக்கையைத் தயார்செய்து,

அவரது புத்தகங்களைச் சுத்தம்செய்து அடுக்கிவைப்பேன். கனமான இரும்பு இஸ்திரிப்பெட்டியொன்றை அவர் வாங்கித் தந்திருந்தார். அதை மண்ணெண்ணெய் அடுப்பில் வைத்துச் சூடாக்கி, அவரது கப்தானையும் (நீள அங்கி) தர்பனையும் (தலைப்பாகை) இஸ்திரி செய்து தருவேன்.

அல் அசாரிலிருந்து, சூரியன் அஸ்தமிக்கும் நேரத்தில் அவர் வீடு திரும்புவார். இரவு உணவை நான் பரிமாற, இருவரும் சேர்ந்தே உண்போம். உண்டு முடித்ததும், நான் எனது சோபாவில் படுத்துக்கொள்வேன், அவர் தனது படுக்கையில் அமர்ந்தபடி சத்தம் போட்டுப் படிப்பார். உடனே நான் துள்ளியெழுந்து, அவருடைய பெரிய கைகளின் நீண்ட, மெல்லிய விரல்களுடன் என் விரல்களையும் பிணைத்துக் கொள்வேன். மென்மையான தாள்களில், நேர்த்தியான கருப்புவண்ண எழுத்துகள் நெருக்கமாக எழுதப்பட்டிருந்த பெரிய புத்தகங்களைத் தொட்டுப் பார்ப்பேன். மர்ம சமிக்ஞைகள் போல் காட்சியளித்த அந்த எழுத்துகள் என்னுள் ஒருவித அச்சத்தை உண்டுபண்ணின. ஆண்களால் மட்டுமே நிறைந்திருந்த, அச்சுறுத்தக்கூடிய உலகமாக அல் அசார் இருந்தது. அந்த ஆண்களுள் ஒருவராக என் மாமாவும் அங்கு படித்துவந்தார். அவர் உரக்கப் படிக்கும்போதெல்லாம் புனிதம்கலந்த பயபக்தியுடன் அவர் குரல் அதிரும். எனது கைகளுக்குள் பொதிந்திருக்கும் அவரது நீண்டவிரல்கள் விசித்திரமாக நடுங்குவதை நான் உணர்வேன். பால்யத்தில் உணர்ந்த ஒரு நடுக்கம்போல, தற்போதும் நினைவில் இருக்கும் ஒரு பழங்கனவுபோல அத்தனைப் பழக்கப்பட்ட உணர்வாக அது இருக்கும்.

குளிர்நடுங்கும் இரவுகளில், தாயின் கருப்பையில் பொதிந்திருக்கும் சிசுபோல நான் என் மாமாவின் கரங்களுக்குள் புதைந்துகிடப்பேன். நெருக்கத்தின்வாயிலாக எங்களுக்குத் தேவையான கதகதப்பை நாங்கள் உருவாக்கிக் கொண்டோம். என் முகம் அவரது கரங்களுக்குள் புதைந்துகிடந்த சமயம், அவரை நான் காதலிப்பதைத் தெரிவித்துவிட வேண்டுமென எண்ணுவேன். ஆனால் அதைச்சொல்ல வார்த்தைகள் வெளிவராது. எனக்கு அழவேண்டும்போல் இருக்கும். ஆனால் கண்ணீர் வராது. சிறிதுநேரம் கழித்து, ஆழ்ந்து உறங்கிவிடுவேன்.

ஒருநாள், எனக்கு காய்ச்சல் அடித்தது. என் படுக்கையில், என்னருகிலேயே என் மாமா

அமர்ந்துகொண்டார். என் கைகளைப் பிடித்தபடி, தனது நீண்டவிரல்களால் என் முகத்தை மென்மையாக தட்டிக்கொடுத்தார். அன்றைய இரவு முழுவதும் அவரது கையைப் பிடித்தபடியேதான் நான் உறங்கினேன்.

துவக்கப்பள்ளிக் கல்வியை முடித்து, அந்தச் சான்றிதழை நான் பெற்றுக்கொண்ட தினத்தன்று, எனக்காக மாமா ஒரு சிறிய கைக்கடிகாரத்தைப் பரிசளித்தார். அன்றைய இரவு ஒரு திரைப்படம் காணவும் என்னை அழைத்துச் சென்றார். அந்தப் படத்தில், ஒரு பெண் நடனமாடுவதைக் கண்டேன். அவளது தொடைகள் ஆடைகளின்றி திறந்தே கிடந்தன. அப்படத்தில் ஒரு ஆண், ஒரு பெண்ணை கட்டியணைப்பதையும் கண்டேன். பிறகு அவன், அவளது உதடுகளில் முத்தமிட்டான். உடனே, நான் கைகளால் என் முகத்தை மூடிக்கொண்டேன். என் மாமாவின் முகத்தை என்னால் ஏறிட்டுப்பார்க்கவே முடியவில்லை. பிறகு, பெண் நடனமாடுவது பாவச்செயல் என்றும், ஒரு ஆணை முத்தமிடுவதும் பாவம்தான் என்றும் அவர் கூறினார். அப்போதும்கூட என்னால் அவரது விழிகளை நேருக்குநேர் பார்க்க முடியவில்லை. இரவு வீடு திரும்பியதும், நான் வழக்கமாகச் செய்வதைப்போல அவரது படுக்கைக்குச் சென்று அவரருகில் அமரவில்லை. மாறாக, எனது சிறிய சோபாமீது விரிக்கப்பட்டிருந்த வாத்து இறகுகள் அடைக்கப்பட்ட கம்பளிப்போர்வைக்குள் புதைந்துகொண்டேன்.

சிறிதுநேரம் கழித்து, நான் போர்த்தியிருந்த கம்பளிப்போர்வையை மெல்ல விலக்கிக்கொண்டு, என் மாமாவின் நீண்டவிரல்கள் என்மீது படர்வதை உணர்ந்து நடுங்கினேன். விவரிக்கமுடியாததொரு உணர்வால் கட்டுண்டிருந்தேன். அவரது உதடுகள் என் முகத்தில் உலாவி, என் உதடுகளின்மீது அழுத்தின, அவருடைய விரல்கள் நடுங்கியபடியே மெதுவாக என் தொடைகளின் மேற்பகுதியை நோக்கி நகர்ந்தன.

விசித்திரமான ஏதோவொன்று எனக்கு நிகழ்கிறது. முன்னர் ஒருபோதும் இதுபோன்று எனக்கு நிகழ்ந்ததில்லை என்பதாலும், நினைவுதெரிந்த நாள்முதலே எனக்கு இதுதான் நிகழ்கிறது என்பதாலும், இச்சம்பவம் எனக்கு விசித்திரமான ஒன்றாகவே இருந்தது. வெகுகாலத்திற்குமுன்னரே, நான் இழந்துவிட்டிருந்த பழம்பெரும் அகமொன்று, என்னுடலில் எங்கோ மறைந்திருந்த ஒரு புள்ளியிலிருந்து மீண்டும்

எழுந்தது. என்னுடலின் வெளியிலிருந்தோ அல்லது பல வருடங்களுக்குமுன்னர் என்னுடலில் இருந்து வெட்டியெறியப்பட்டு, மீதமிருக்கும் என்னுள் இருந்தோ இதுவரை நானறிந்திராத, என்னால் விளக்கவியலாத ஒரு புதுசுகம் எழுவதாகவும் தோன்றியது.

என் மாமா, இப்போதெல்லாம் அடிக்கடி வெளியே செல்லத் துவங்கினார். நான் காலையில் எழுவதற்குமுன்னரே அவர் கிளம்பிச் சென்றுவிடுவார். இரவில், நான் ஆழ்ந்த நித்திரையில் இருக்கும்போதுதான் வீடு திரும்புவார். அவருக்கென குவளையில் நீரோ அல்லது தட்டில் உணவோ எடுத்துக் கொடுத்தபோதும்கூட, என்னைப் பார்க்காமலேயே தன் கையை மட்டும் நீட்டி அவற்றைப் பெற்றுக் கொண்டார். போர்வைக்குள் என் தலையை மறைத்தபடி, அவரது காலடிச்சத்தம் கேட்கிறதா எனக் கூர்ந்து கவனிப்பேன். அவருடைய விரல்கள் என்னைத் தீண்டுவதற்காய், மூச்சை அடக்கிக்கொண்டு உறங்குவதைப்போலக் கண்மூடிக் காத்திருப்பேன். அப்படி எதுவுமே நிகழாது. நீண்டநேரம் கழிந்ததைப்போலவும் தோன்றும். படுக்கையின் கிறீச்சிடல்மூலம் அவர் படுத்துவிட்டார் என்பதையும், சிறிதுநேரம் சென்றதும் எழும்பும் அவரது வழக்கமான குறட்டையொலிமூலம் அவர் உறங்கிவிட்டார் என்பதையும் அறிந்துகொள்வேன்.

அவர் முற்றிலும் மாறிவிட்டிருந்தார். உறங்குவதற்குமுன்னர் எதுவும் படிப்பதில்லை, ஜிப்பாவும் கப்தானும் அணிவதுமில்லை. அதற்குப்பதிலாக, சூட்டும் டையும் வாங்கி உடுத்திக்கொண்டார், வக்பு அமைச்சகத்தில் பணிக்குச் சேர்ந்தார், அல் அசாரில் பணியாற்றிய அவருடைய ஆசிரியர் ஒருவரின் மகளை மணமுடித்துக் கொண்டார்.

மேல்நிலைக்கல்வி கற்க என்னைப் பள்ளிக்கு அனுப்பினார், அவருடைய புதிய இல்லத்திற்கு என்னையும் உடன் அழைத்துச்சென்றார். அங்கு, அவர் மற்றும் அவர் மனைவியுடன் நானும் வசிக்கத் துவங்கினேன். அவர் மனைவி பருமனாக, குள்ளமாக, வெண்சருமத்துடன் இருந்தார். நன்கு தின்றுகொழுத்த வாத்தின் நடைபோல அவர் நடை இருந்தது. அவர் நடக்கும்போது மந்தகதியில் அவர் உடல் அங்குமிங்கும் ஆடியசைந்தது. அவர் குரல் மென்மையாக இருந்தபோதும், அது குரூரத்துடன்கூடிய மென்மையாகவே இருந்தது. அவரது விழிகள் பெரிதாக,

கருமையாக இருந்தன. உறக்கச்சடவும் அலட்சியமும் நிரம்பிய இருண்ட இரு குளங்களைப் போன்றிருந்த அவ்விழிகள் உயிரற்று, அணைந்துபோயிருந்தன.

அவர், என் மாமாவின் பாதங்களைக் கழுவியதேயில்லை. மாமாவும் அவரை அடித்ததோ உரத்தகுரலில் திட்டியதோ இல்லை. தன் மனைவியிடம் என் மாமா அதீத மதிப்புக்கொண்டிருந்தார். ஆனால் பெண்கள்மீது ஆண்கள்கொண்டிருக்கும் மெய்யான மதிப்பைப்போலல்லாது, வேறுதோரணையுடன் அந்த மதிப்பு இருந்தது. மாமாவைவிடவும் உயர்ந்த அந்தஸ்தில் இருந்த குடும்பத்திலிருந்து அவர் மனைவி வந்திருந்ததால், அவர்மீது என் மாமாவிற்குக் காதலைவிடவும் அச்சமே அதிகம் இருந்தது என்பதை நான் கண்டுகொண்டேன். அவருடைய மனைவியின் தந்தையோ அல்லது உறவினரோ எங்கள் இல்லத்திற்கு வருகைதரும்போதெல்லாம், அவர்களுக்குச் சமைக்கவென என் மாமா இறைச்சியோ அல்லது கோழியோ வாங்கி வருவார். அன்று முழுவதும் வீடே அவரது சிரிப்பொலியால் அதிரும். ஆனால் தளர்வான குடியானவ ஆடைகளை அணிந்துகொண்டு, மேலாடையின் கிழிசல்கள் வழியே வெடிப்புகள் நிறைந்த தன் உள்ளங்கைகள் தெரியுமாறு, என் மாமாவின் அத்தை எங்கள் இல்லத்திற்கு வருகைதரும்போதெல்லாம், என் மாமா அவரிடம் ஒரு வார்த்தைகூடப் பேசாமல், புன்னகைக்கவும் செய்யாமல், தன் அறைக்குள் சென்று முடங்கிக்கொள்வார்.

இதைக்கண்டு மனம் வருந்தும் அவரது அத்தை, என்னருகில் வந்து என் படுக்கையில் அமர்ந்தபடி அமைதியாகக் கண்ணீர் சிந்துவார். தனது தங்கச்சங்கிலியை விற்று கிடைத்த பணத்தில்தான், என் மாமாவை அவர் அல் அசாரில் படிக்கவைத்தார் எனக் கூறி வருந்துவார். மறுநாள் காலையில், அவர் கொண்டுவந்திருந்த கோழி, முட்டைகள், ரொட்டித் துண்டுகளை தன் கூடையிலிருந்து வெளியே எடுத்துவைப்பார். பிறகு, காலிக்கூடையைத் தன் தோளில் மாட்டிக்கொண்டு கிளம்பத் தயாராகிவிடுவார். அப்போது நான் அவரிடம்,

“பாட்டி, இன்னும் ஒருநாள் எங்களுடன் தங்கியிருங்களேன்” எனக் கூறுவேன். ஆனால் என் மாமாவும் அவருடைய மனைவியும் அப்போதும்கூட அவரிடம் ஒரு வார்த்தை பேசமாட்டார்கள்.

நான் தினமும் பள்ளி சென்றேன். வீடு திரும்பியதுமே வீட்டைப் பெருக்கி, தரையைக் கழுவி, பாத்திரங்கள் துலக்கி, துணிகளையும் துவைப்பேன். என் மாமாவின் மனைவி சமையல் மட்டுமே செய்வார். அவர் சமையல்செய்த பானைகளையும் வாணலிகளையும்கூட நான்தான் தேய்த்துக் கழுவி சுத்தம் செய்யவேண்டும். பிறகு, ஒரு வேலைக்காரச் சிறுமியை என் மாமா அழைத்துவந்தார். அவள், என்னுடன் என் அறையிலேயே படுத்துக்கொண்டாள். அங்கு எனக்கு மட்டுமே படுக்கை இருந்தது, அவள் தரையில் படுத்துக்கொண்டாள். ஒருநாள் இரவு வெகுகுளிராக இருந்ததால், அவளும் என்னுடனேயே படுக்கையில் படுத்துக்கொள்ளுமாறு கூறினேன். அந்நேரம் என் அறைக்குள்வந்த என் மாமாவின் மனைவி இதைக்கண்டு அந்தச் சிறுமியை அடித்தார், பிறகு என்னையும் அடித்தார்.

ஒருநாள், நான் பள்ளியிலிருந்து திரும்பியபோது, என் மாமா என்மீது கடுங்கோபத்தில் இருப்பதைக் கண்டேன். அவரது மனைவியும் கோபமாக இருந்தார். என் புத்தகங்களோடு என் உடைகளையும் அள்ளியெடுத்துக் கொண்டு, என்னைக்கொண்டுபோய் பெண்கள் தங்கும் விடுதியொன்றில் என் மாமா சேர்த்தபிறகுதான் அவர் மனைவியின் கோபம் தணிந்தது. அன்றிலிருந்து நான் அந்த விடுதியிலேயே தங்கினேன். ஒவ்வொரு வாரத்தின் இறுதியிலும் விடுதியில் உடன்வசிக்கும் மாணவிகளைக் காண அவர்தம் பெற்றோர்களும் உறவினர்களும் வருகைபுரிவர் அல்லது வியாழன் மற்றும் வெள்ளிக்கிழமைகளில் மாணவிகளைத் தம்முடன் வீட்டிற்கு அழைத்துச்செல்வர். அவர்கள், தம் பெற்றோருடன் செல்வதை, விடுதியின் உயரமான சுற்றுச்சுவரைத் தாண்டிப் பார்த்துக்கொண்டிருப்பேன். சிறைச்சாலையின் உயர்ந்த சுவரை எட்டிப்பார்த்தபடி வாழ்வைத்தேடும் ஒரு சிறைக்கைதியைப் போல, வீதியில் நடந்துசெல்லும் மக்களையும், அவர்தம் அசைவுகளையும் என் விழிகள் பின்தொடர்ந்தபடியே இருக்கப் பார்த்துக் கொண்டிருப்பேன்.

எனினும் மற்ற எல்லாவற்றையும்விட பள்ளியை நான் மிகவும் விரும்பினேன். அங்கு புத்தம்புது புத்தகங்கள் இருந்தன, புதிய பாடங்கள் இருந்தன, ஒன்றாகக் கூடிப் படிக்க என் சமவயதுப் பெண்களும் இருந்தனர். நாங்கள், எங்கள் வாழ்க்கையைப் பற்றி பேசிக்கொண்டோம், எங்கள் ரகசியங்களைப் பகிர்ந்துகொண்டோம், எங்கள்

ஆழ்மன உணர்வுகளை வெளிப்படுத்திக்கொண்டோம். இரவும் பகலும் எங்களைக் கண்காணித்துக் கொண்டு, சந்தடியின்றி விடுதியைச் சுற்றிவந்தபடி, நாங்கள் என்ன பேசுகிறோம் என்பதைக்கூட கண்காணித்துக் கொண்டிருந்த விடுதிக்காப்பாளரைத் தவிர, அங்கு எங்களுக்கு வேறு எந்தக் குறையும் இல்லை. நாங்கள் உறங்கியபிறகும்கூட அவர் எங்களின் ஒவ்வொரு அசைவையும் கண்காணித்தபடி இருந்தார், எங்களின் கனவுகளிலும்கூட எங்களைப் பின்தொடர்ந்தார். கனவு காணும்போது நாங்கள் பெருமூச்செறிந்தாலோ, சிறு சப்தம்செய்தாலோ அல்லது சிறிது அசைந்தாலோகூட உடனே இரையைக் கண்ட கழுகுபோல அவர் எங்கள்மீது பாய்ந்து விடுவார்.

எனக்கு, வபேயா என்று ஒரு தோழி இருந்தாள். என் படுக்கையின் அருகில்தான் அவளுடைய படுக்கையும் இருந்தது. விடுதியில் இரவு விளக்குகளை அணைத்ததும், அவளது படுக்கையின் அருகே என்னுடைய படுக்கையை இழுத்துப் போட்டுக்கொள்வேன். பிறகு நாங்கள் நள்ளிரவுவரை பேசிக்கொண்டிருப்போம். அவள், தனது உறவினப் பையன் ஒருவனைக் காதலித்து வந்தாள். அவனும் இவளைக் காதலித்தான். அவனைப்பற்றியே இவள் எப்போதும் பேசிக்கொண்டிருப்பாள். நானோ, என் எதிர்காலம்குறித்த என் நம்பிக்கைகளைப்பற்றி பேசிக்கொண்டிருப்பேன். நான் பேசுவதற்கு ஏற்றார்போல, எனது கடந்த காலத்திலோ அல்லது பால்ய காலத்திலோ எதுவுமே இல்லாததைப்போலவே, என் நிகழ்காலத்திலும் எனக்கென ஒரு காதலும் இருக்கவில்லை. என் எதிர்காலம் குறித்தவை மட்டுமே நான் கூறுவதற்காய் இருந்தன. ஏனெனில், எனக்குப் பிடித்த வண்ணங்களிலெல்லாம் என் எதிர்காலத்தை என்னால் வண்ணம் தீட்டிக்கொள்ள முடியும், என் எதிர்காலம்குறித்து நானே சுதந்திரமாக முடிவெடுக்க முடியும், எனக்கேற்றார்போல அதை மாற்றியமைத்துக்கொள்ளவும் முடியும்.

சிலசமயங்களில், நானொரு மருத்துவராகவோ அல்லது பொறியாளராகவோ அல்லது வழக்கறிஞராகவோ அல்லது ஒரு நீதிபதியாகவோ ஆகவேண்டுமென கற்பனை செய்துகொள்வேன். ஒருநாள், அரசாங்கத்திற்கு எதிரான மிகப்பெரிய போராட்டமொன்றில் கலந்துகொள்ளவென மொத்தப் பள்ளியும் வீதியில் இறங்கிப் போராடியது. 'அரசாங்கம் ஒழிக!' எனக் கோஷமிட்ட பெண்களின் தோள்களின்மீது திடீரென,நான் ஏற்றிவைக்கப்பட்டிருந்தேன்.

மீண்டும் நான் பள்ளிக்குத் திரும்பியபோது, என் குரல் கரகரப்பாக இருந்தது, என் கேசம் கலைந்திருந்தது, என் உடை பல இடங்களிலும் கிழிந்திருந்தது. ஆனால் நானொரு பெரிய அரசியல் தலைவராகவோ, நாட்டின் அதிபராகவோ உருவாவதைப்போல கற்பனை செய்தபடியே அன்றைய இரவு முழுவதையும் கழித்தேன்.

ஒரு பெண், நாட்டின் அதிபராக ஆகமுடியாது என்பதை நான் அறிந்தேயிருந்தேன். எனினும் நான் மற்ற பெண்களைப்போல் இல்லை. எப்போதும் காதலைப் பற்றியே பேசிக்கொண்டிருக்கும் இளம்பெண்களைப்போல் நான் இல்லை என்பதைக் கண்டுகொண்டேன். ஏனெனில், இவ்விஷயங்களிலெல்லாம் எனக்கு நாட்டமே இருந்ததில்லை. அவர்களின் மனதில் நிறைந்திருந்த எந்த விஷயத்தின்மீதும் எனக்கு விருப்பம் இருந்ததில்லை. அவர்களுக்கு முக்கியமானவையெனத் தோன்றியவை எல்லாம் எனக்கு அற்பமானவையாகத் தென்பட்டன.

ஓர் இரவில், வபேயா என்னிடம், "பிர்தவ்ஸ், நீ யாரையேனும் காதலித்திருக்கிறாயா?" எனக் கேட்டாள்.

"இல்லை வபேயா, நான் காதலித்ததேயில்லை" என்றேன்.

என்னை வியப்புடன் பார்த்தவள், "எத்தனை விந்தையான விஷயமிது!" என்றாள்.

"இதிலென்ன விந்தை உள்ளது?" எனக் கேட்டேன்.

"உன் தோற்றத்தைப் பார்த்தால் நீ காதற்வயப்பட்டவள்போல்தான் தோன்றுகிறது."

"ஒருவருடைய தோற்றத்தைக்கொண்டு அவர் காதற்வயப்பட்டவர் என எப்படிக் கண்டுபிடிக்க முடியும்?"

அவள் தலையை ஆட்டினாள். "அதெல்லாம் எனக்குத் தெரியாது. எனக்குத் தோன்றுகிறது. முக்கியமாக உன்னால் காதல் இல்லாமல் வாழவேமுடியாது" என்றாள்.

"ஆனால் நான் காதல் இல்லாமல்தான் வாழ்ந்துகொண்டிருக்கிறேன்."

"அப்படியானால் ஒன்று, நீ பொய் சொல்கிறாய் அல்லது நீ வாழ்வது வாழ்க்கையே அல்ல."

அந்த இறுதிவரியைக் கூறிவிட்டு அவள் உடனே உறங்கிவிட்டாள். விழிகள் விரிய நான் இருளையே வெறித்துப் பார்த்துக்கொண்டிருந்தேன். தொலைவில், நினைவின் பாதி மறந்தநிலையில் கிடந்த உருவங்கள் இந்த இரவில் எழுந்துவந்தன. திறந்தவெளி ஓய்வறையில் கிடந்த வைக்கோல் படுக்கையின்மீது மொகமதீன் படுத்துக்கிடப்பதைப் பார்த்தேன். வைக்கோலின் வாசம் என் நாசியில் ஏறியது, அவனது விரல்கள் என் உடல் முழுவதும் அளைந்தன. என்னுடலின் வெளியேயிருந்த ஒரு விளக்கவியலாத புள்ளியில் இருந்து, நானறியாததொரு பகுதியில் இருந்து, எனக்கு மிகப் பரிச்சயமான சுகமொன்று எழுவதைக் கண்டு என் முழுஉடலும் அதிர்ந்தது. எனினும், என்னுடலின் ஏதோவொரு பகுதியில் அதை என்னால் உணரமுடிந்தது. மென்மையான இன்பம்போல மெல்லிய துடிப்புடன் துவங்கி மென்மையான வலிபோன்று அது முடிந்தது. எதையோ பற்றிக்கொள்ள முயன்றேன், ஒருநொடிநேரம் மட்டுமே அதை நான் தொட்டுணர்ந்தேன். ஆனால் காற்றைப்போல, மாயம்போல, கனவைப் போல, அது என்னிடமிருந்து நழுவிச்சென்று மறைந்துபோனது. இப்போதுதான் நான் அதை தொலைத்ததைப் போல உறக்கத்திலேயே அழுதுகொண்டிருந்தேன். பலநாட்களுக்கு முன்னர் நான் தொலைத்த ஒன்றாய் அது இருக்கவில்லை, மிகச் சமீபத்தில் முதன்முறையாக நான் தொலைத்த ஒன்றாக அது இருந்தது.

பள்ளியில் இரவுகள் நீளமாக இருந்தன. பகல்களோ, மேலும் நீளமாக இருந்தன. விடுதியில் இரவின் கடைசி மணி ஒலிப்பதற்கு பல மணி நேரங்களுக்குமுன்னரே நான் எனது பாடங்களை படித்து முடித்துவிடுவேன். என் பள்ளியில் ஒரு நூலகம் இருப்பதை அறிந்துகொண்டேன். பள்ளியின் பின்பகுதியில் இருந்த பாழடைந்த அறையில் அந்நூலகம் இருந்தது. அதன் அலமாரிகள் நொறுங்கிவிழும் நிலையில் இருந்தன. புத்தகங்களின்மீது தடிமனாக தூசு படிந்திருந்தது. மஞ்சள்நிறத் துணியொன்றால் அந்த அழுக்கைத் துடைத்துவிட்டு, மங்கலாக எரியும் விளக்கின் வெளிச்சத்தில், அங்கிருந்த உடைந்த நாற்காலியில் அமர்ந்து, புத்தகங்களைப் படிப்பேன்.

நான் படிக்கும் ஒவ்வொரு புத்தகத்தில் இருந்தும் புதிதாக எதையேனும் அறிந்து கொண்டேன் என்பதாலேயே புத்தகங்களை மிகவும் நேசித்தேன். பாரசீகர்கள், துருக்கியர்கள், அரேபியர்கள்குறித்து

அறிந்துகொண்டேன். மன்னர்களாலும் ஆள்பவர்களாலும் இழைக்கப்பட்ட குற்றங்கள் குறித்து, போர்கள், மக்கள், புரட்சிகள் குறித்து, புரட்சியாளர்களின் வாழ்க்கைகள் குறித்தும் படித்தேன். காதல் கதைகளும், காதல் கவிதைகளும் படித்தேன். எனினும், அரசர்களைப் பற்றிய புத்தகங்களைத்தான் அதிகம் விரும்பினேன். ஒரு அரசன், தனது படைபலத்திற்கு நிகரான எண்ணிக்கையில் பெண் பணியாளர்களையும், ஆசைநாயகிகளையும் வைத்திருந்தான் என்பதையும், மற்றொரு அரசனுக்கோ மது, மாது துய்ப்பது மற்றும் தன் அடிமைகளை சாட்டையால் விளாசுவது மட்டுமே தன் வாழ்நாள் விருப்பங்களாக இருந்தன என்பதையும் படித்தேன். மூன்றாவது அரசனுக்கோ, பெண்களின்மீது விருப்பமேயில்லை. மாறாக, போர் புரிவதிலும், கொலைகள் புரிவதிலும், மனிதர்களை சித்ரவதை செய்வதிலும் இன்பம் கண்டான். மற்றொரு அரசன் உணவின்மீதும், பணத்தின்மீதும், எண்ணற்ற செல்வங்களைப் பதுக்கிவைப்பதிலும் விருப்பம் கொண்டிருந்தான். இன்னொரு அரசனோ, தன்மீதும் தனது மிகப்பெரும் புகழின்மீதும் அளவிலடங்கா பெருமை கொண்டிருந்தான். அவனைப் பொறுத்தவரை, அவனைத்தவிர வேறெவருமே உயர்ந்தவரில்லை. மற்றொரு அரசனுக்கு சதிகளின்மீதும், சதித்திட்டங்களின்மீதும் பெருங்காதல் இருந்தது. எனவே, வரலாற்றின் உண்மையைத் திரித்து, மக்களை முட்டாளாக்குவதிலேயே தன் வாழ்நாள் முழுவதையும் அவன் செலவழித்திருந்தான்.

இந்த அரசர்கள் அனைவருமே ஆண்கள் என்பதை அறிந்துகொண்டேன். இவர்கள் அனைவருமே பேராசை கொண்டவர்களாகவும், திரித்துக்கூறப்பட்ட ஆளுமைகளாகவும், பணத்தின்மீதும், பாலுறவின்மீதும், அளவற்ற அதிகாரப் பிரயோகத்தின்மீதும் தீராப்பசி கொண்டவர்களாகவும் இருந்தனர். இந்த பூமியில் ஊழலை விதைத்தவர்களும் அவர்கள்தான், உரத்த குரல்களுடன் மக்களைக் கொள்ளையடித்தோரும் அவர்கள்தான், இனிப்பு தடவின சொற்களின்மூலம் இல்லாததை மெய்யெனக் காட்டி நம்பவைத்து விஷஅம்புகள் எய்தியோரும் அவர்கள்தான். ஆகையாலேயே, அவர்களின் இறப்பின்பின்னரே அவர்களின் உண்மைகள் வெளிப்பட்டன. விளைவாக, முட்டாள்தனமான பிடிவாதத்துடன் வரலாறு தன்னைத்தானே

மீண்டும் மீண்டும் எழுதிக்கொண்டது என்பதை அறிந்துகொண்டேன்.

செய்தித்தாள்களும் இதழ்களும் தொடர்ச்சியாக நூலகத்திற்கு வந்தன. அவற்றை வாசிப்பதையும் அவற்றில் வெளியாகிய நிழற்படங்களைப் பார்ப்பதையும் வழக்கமாக்கிக் கொண்டேன். அப்போதெல்லாம், வெள்ளிக்கிழமை காலைவேளை பிரார்த்தனைக் கூட்டத்தில் பங்குபெறும் இந்த அரசர்களில் ஒருவரையேனும் அந்த நிழற்படங்களில் கண்டுவிடுவேன். அக்கூட்டங்களில், தான் வெகுவாய் பாதிக்கப்பட்டவர்போல அமர்ந்து, அதீதப் பணிவுவழியும் விழிகளைத் திறந்தும் மூடியும் அவர்கள் பிரார்த்திப்பதைக் கண்டிருக்கிறேன். மக்களை ஏமாற்றியதைப் போலவே அவர் அல்லாவையும் ஏமாற்ற முயல்வதைக் கண்டேன். அவரைச் சுற்றி அமர்ந்திருந்த அவருடைய பரிவாரத்தினர் அனைவரும், எச்சரிக்கையும் சந்தேகமும் கள்ளத்தனமும் நிரம்பிய தம் விழிகளை அங்குமிங்கும் அலைபாயவிட்டனர், தம் கைகளை ஒன்றோடொன்று அழுந்தத் தேய்த்துக் கொண்டனர், அடங்கிய பணிவான குரலில் முணுமுணுத்தனர், அல்லாவின் ஆசிகளைவேண்டி பிரார்த்தனைக் கூட்டத்தில் கூறப்பட்ட அனைத்தையும் ஆமோதித்துப் போற்றித் தம் தலைகளை ஆட்டிக்கொண்டிருந்தனர்.

போர்களில், பஞ்சங்களில், கொள்ளை நோய்களில் இறந்துபோன தேசத்தியாகிகளின் ஆன்மாக்கள் சாந்தியடையவேண்டி அவர்கள் வெகுதீவிரமாக பிரார்த்திப்பதைக் கண்டேன். அவர்களின் தலைகள் நிலம்நோக்கிக் குனிவதையும், அச்சத்தாலும் சதையாலும் நிறைந்து பெருத்து உருண்டிருந்த அவர்களின் புட்டங்கள் மேலெழும்புவதையும் கண்டேன். ஒவ்வொருமுறை அவர்கள் 'தேசப்பற்று' எனும் வார்த்தையை ஒலிக்கும்போதும், அவர்கள் தம் மனசாட்சிப்படி அல்லாவிற்கு அஞ்சவில்லை என்பதையும், செல்வந்தர்களாகிய தமது நிலத்தைக் காத்திட ஏழைகள் தம் உயிரையும்கூட துறக்க முன்வர வேண்டும் என்பதையே தேசப்பற்றின் விளக்கமாக அவர்கள் கொண்டுள்ளார்கள் என்பதையும் என்னால் உறுதியாகக் கூறமுடியும். ஏனெனில், ஏழைகள் தமக்கென பாதுகாத்துக்கொள்ள இந்நாட்டில் அவர்களுக்கு நிலமே இல்லை என்பதையும் நானறிவேன்.

எவ்வித மாற்றங்களுமின்றி ஒரேமாதிரியான பழங்கதைகளும், ஒரேமாதிரியான நிழற்படங்களுமே வரலாற்றில் மீண்டும் மீண்டும் வருவதைக் கண்டதும், எனக்கு வரலாற்றின்மீது அலுப்பு தோன்றியது. அச்சமயங்களில், பள்ளியின் விளையாட்டு மைதானத்திற்குச் சென்று தனிமையில் அமர்ந்துகொள்வேன். நிலவொளியற்று இரவு பல நேரங்களில் வெகு இருளாக இருந்தது. பள்ளியில் கடைசி மணியொலியும் அடித்து முடித்ததும் அங்கு வெகுஆழமான நிசப்தம் நிலவியது. என்னைச் சுற்றிலும் இருந்த கட்டடங்களின் அனைத்து ஜன்னல்களும் அடைக்கப்பட்டிருந்தன, அனைத்து விளக்குகளும் அணைக்கப்பட்டுவிட்டன, இருந்தபோதும் நான் இருளில் அமர்ந்து பல்வேறு விஷயங்கள்குறித்தும் எண்ணி வியந்தபடி இருந்தேன். எதிர்காலத்தில் நான் என்னவாக ஆவேன்? உயர்கல்வி கற்கப் பல்கலைக்கழகம் செல்வேனா? நான் அங்கு பயில என் மாமா அனுமதிப்பாரா?

ஒருநாள், நான் இருளில் அமர்ந்திருப்பதை ஒரு ஆசிரியர் பார்த்துவிட்டார். மனித உருக்கொண்ட பிண்டமொன்று இருளில் அசையாமல் அமர்ந்திருப்பதைக்கண்டு அவர் பயந்து நடுங்கிவிட்டார். என்னருகிலேயே வராமல், "யாரது அங்கு அமர்ந்திருப்பது?" என உரக்கக் கேட்டார்.

"நான்தான், பிர்தவ்ஸ்!" எனப் பலவீனமான குரலில், அச்சத்துடன் கூறினேன்.

என்னருகில் வந்ததும், என்னைக் கண்டு அவர் திடுக்கிட்டார். ஏனெனில் அவருடைய வகுப்பிலேயே நன்றாகப் படிக்கும் மாணவிகளில் நானும் ஒருத்தி. மேலும் விடுதியில் கடைசிமணி ஒலித்ததுமே படுக்கைக்குச் சென்றுவிடும் பெண்களில் நானும் ஒருத்தியாவேன்.

நான் சிறிது பதட்டமாக இருப்பதால் என்னால் உறங்க முடியவில்லை என அவரிடம் கூறினேன். உடனே அவர் என்னருகில் அமர்ந்துகொண்டார். அவருடைய பெயர், இக்பால். நீண்ட தலைமுடியும், கருமையான விழிகளும் கொண்டிருந்தார். குட்டையாகப் பருமனாக இருப்பார். அங்கிருந்த இருளையும்மீறி, அவர் என்னைப் பார்ப்பதையும், என்னை ஆராய்வதையும் என்னால் காணமுடிந்தது. அவரது பார்வையிலிருந்து தப்பிக்க, எனது தலையை எத்தனைமுறை திருப்பிக் கொண்டாலும்கூட, அவரது விழிகள் என்னை விரட்டிப்பிடித்து பற்றிக்கொண்டன. என் முகத்தை என்னிரு கைகளாலும்

மறைத்துக்கொண்டேன். அப்போதும்கூட அவ்விழிகள் என் கைகளை ஊடுருவிக்கொண்டு என்னைப் பார்ப்பதை உணர்ந்தேன்.

திடீரென, நான் வெடித்து அழுதேன். என் கைகளின் பிற்பகுதியில் மறைந்திருந்த என் முகத்தில் கண்ணீர்த்துளிகள் திரண்டு ஓடின. என் இருகைகளையும் விலக்கிவிட்ட அவர், என்னைப் பார்த்தார்.

"பிர்தவ்ஸ், பிர்தவ்ஸ், தயவுசெய்து அழாதே..." என்றார்.

"என்னை அழவிடுங்கள்." என்றேன்.

"இதற்குமுன்னர் நீ அழுது நான் பார்த்ததே இல்லையே. இப்போது உனக்கு என்னவாயிற்று?"

"ஒன்றுமில்லை, ஒன்றுமேயில்லை."

"அப்படியிருக்கவே முடியாது. ஏதோவொன்று நடந்திருக்கிறது."

"இல்லை, எதுவும் நடக்கவில்லை, மிஸ். இக்பால்."

"அப்படியானால், எந்தக் காரணமும் இல்லாமலா நீ அழுகிறாய்?" எனத் திகைப்புடன் கேட்டார்.

"என்ன காரணமென எனக்குத் தெரியவில்லை. புதிதாக எதுவுமே எனக்கு நிகழ்ந்ததில்லை."

அமைதியாக என்னருகில் அமர்ந்துகொண்டார். இரவின் இருளுக்குள் அவருடைய கருவிழிகள் அலைவதையும், மினுமினுங்கும் ஒளியோடு அவ்விரு விழிகளிலும் கண்ணீர் தளும்புவதையும் என்னால் காணமுடிந்தது. தனது உதடுகளை இறுக்கி, கஷ்டப்பட்டு அவர், தன் கண்ணீரை கட்டுப்படுத்திக் கொண்டார். உடனே அவர் கண்களில் தெரிந்த அந்த மினுமினுப்பு மறைந்துபோனது. மீண்டும் அவை மினுங்கின, இரவில் விளக்குச்சுடர்கள் அணைக்கப்படுவதைப்போல திடீர் திடீரென அவை மறைந்தும்போயின. தனது உதடுகளை இறுக்கிக் கட்டுப்படுத்திக்கொண்டபோதும்கூட, இருதுளி நீர் அவர் கண்களில் தேங்கி நின்றன. அவை, அவரது நாசியில் மெல்ல இறங்கி, இருபுறமும் வழிந்தோடின. ஒரு கையால் அவர் தன் முகத்தை மூடிக்கொண்டார். மறுகையால் தன் கைக்குட்டையை எடுத்து மூக்கைத்துடைத்துக் கொண்டார்.

“நீங்கள் அழுகிறீர்களா, மிஸ். இக்பால்?” எனக் கேட்டேன்.

“இல்லையே” என்றபடியே அவர், தனது கைக்குட்டையை ஒளித்துவைத்துக் கொண்டார். அழுகையை அடக்கிக்கொண்டு என்னைப் பார்த்துப் புன்னகைத்தார்.

எங்களைச் சூழ்ந்திருந்த இரவுகூட சிறு சப்தமோ, அசைவோ இன்றி, ஆழ்ந்து அமைதியாக, இறுக்கத்துடன் இருந்தது. ஆகாயத்தில் நிலவோ, சூரியனோ இல்லை. எனவே, மெல்லிய ஒளிக்கற்றைகூட ஊடுருவாத ஒரு பரிபூரண இருளில் அனைத்தும் மூழ்கிக்கிடந்தன. என் முகத்தை அவரை நோக்கித் திருப்பி, அவரது விழிகளை நோக்கினேன். தூய்மையான வெண்ணிற வளையங்களால் சூழப்பட்டிருந்த அடர்கருமையான கோளங்கள் இரண்டு என்னைக் காண்பதைக் கண்டேன். அவற்றை நான் தொடர்ந்து உற்றுநோக்கினேன், அவற்றின் வெண்ணிறம் மேலும் வெண்மையுறுவதைப் போலவும், கருநிறம் மேலும் கருமையடைவதைப் போலவும் தோன்றின. தற்போது, இந்த பூமி முழுவதும் இரவுப்போர்வையைப் போர்த்தியிருந்ததாலும், சொர்க்கங்களுக்கு ஒளிதரக்கூடிய சூரியனும் சந்திரனும் இப்போது இல்லாததாலும், பூமியிலோ அல்லது சொர்க்கத்திலோ அல்லாத வேறு ஏதோவொரு மர்மப்புள்ளியிலிருந்து அவ்விரு விழிகளுக்கும் ஒளி பாய்வதைப்போல இருந்தது.

அவருடைய விழிகளை என் மனதில் இருத்திக் கொண்டேன், அவர் கைகளை என் கைகளுக்குள் பொதிந்துகொண்டேன். எங்கள் கைகள் தொட்டதும் எங்களுக்குள் திடீரென எழுந்த ஒரு உணர்வு விசித்திரமாக இருந்தது. இதுநாள்வரையிலும் என் நினைவில் இருக்கும் என் வாழ்வையும்விட தொலைதூரத்திலும், இதுகாறும் நான் சுமந்துதிரியும் என் ஆழ்மன உணர்வுகளைவிடவும் ஆழமானதாகவும் விளங்கும் தொலைதூர ஆழ் சுகமொன்றுக்கு அவ்வுணர்வு இட்டுச்சென்று, என் உடலை நடுநடுங்கச் செய்தது. நான் பிறந்தபோது என்னோடு பிறந்து, நான் வளரும்போது என்னோடு வளராத அந்தப் பகுதியை உணருவதைப் போலவும், முன்னர் எப்போதோ நானறிய என் ஆன்மாவில் இருந்தவொன்றை, நான் பிறந்ததும் என்னைவிட்டு விலகியவொன்றை இன்று என்னுள் மீண்டும் எங்கோ உணர்வதைப்போலவும் தோன்றியது. என்னோடு இருந்திருக்கவேண்டிய

ஒன்று, இல்லாமலேயே போனதைப்போல மங்கலான நினைவொன்று தோன்றியது.

அந்தச்சமயத்தில், ஒரு நினைவு என் ஞாபகத்திற்கு வந்தது. ஆனால் ஞாபகத்திற்குவந்த மறுகணமே அதை நான் மறந்துவிட்டதைப்போல், அதைக்கூற என் உதடுகள் துடித்தபோதும் என் குரல் வெளியேற மறுத்தது. விலைமதிப்பற்ற ஒன்றை நான் இழக்கப்போவதைப்போல அல்லது என்றென்றைக்குமாக அதை நான் இழந்து விட்டதைப்போல என் இதயம் நடுங்கியது, அச்சத்தால் திணறியது, வெறித்தனமாகத் துடித்தது. உலகில் உள்ள எந்தவொரு சக்தியாலுமே எங்களைப் பிரிக்கமுடியாது என்பதைப்போல என் கரம் அவரது கரத்தை இறுகப் பற்றியிருந்தது.

அந்த இரவிற்குப் பிறகு, அவரைச் சந்திக்கும்போதெல்லாம் எதையோ கூற என் உதடுகள் துடித்தன. ஆனால் நினைவிற்கு வந்த மறுகணமே அதை மறந்துவிட்டேன். அச்சத்தாலோ அல்லது அச்சத்தைப்போன்ற வேறு ஏதோ உணர்வினாலோ என் இதயம் துடித்தது. அவர் அருகில் சென்று அவர் கையைப் பற்றிக்கொள்ள வேண்டுமென விரும்புவேன். ஆனால் என் இருப்பையே பொருட்படுத்தாதவர்போல அவர் வகுப்பினுள் நுழைந்து வகுப்புகள் முடிந்ததும் மீண்டும் வெளியேறிப் போய்விடுவார். தனது, மற்ற மாணவிகளைக் காண்பதுபோலவேதான் அவர் என்னையும் சாதாரணமாகப் பார்த்தார்.

அன்றைய தினம், உறங்கச்செல்வதற்குமுன், 'மிஸ்.இக்பால் என்னை மறந்துவிட்டாரா?' என எண்ணி வியந்தேன். வபேயா, அவளது படுக்கையை என்னருகில் இழுத்துப் போட்டுக்கொண்டு,

"எதை மறந்துவிட்டார்?" எனக் கேட்டாள்.

"எனக்குத் தெரியவில்லை வபேயா."

"நீ கற்பனையுலகில் வாழ்ந்து கொண்டிருக்கிறாய், பிர்தவ்ஸ்."

"இல்லவே இல்லை, வபேயா. உண்மையிலேயே அது நடந்தது தெரியுமா?"

"எது நடந்தது?" எனக் கேட்டாள்.

நடந்ததையெல்லாம் அவளிடம் விளக்கிக்கூற முயன்றேன். ஆனால் அதை எப்படி விளக்குவது என எனக்குத் தெரியவில்லை அல்லது அதுகுறித்துப் பேச என்னிடம் எதுவுமேயில்லை எனத் தோன்றியது. என்னால் நினைவுகூரமுடியாத ஏதோவொன்று அன்று நடந்திருந்தது அல்லது அன்று எதுவுமே நடக்கவில்லை என்பதாகத் தோன்றியது.

விழிகளை மூடி மீண்டும் அந்தக் காட்சியை என் மனக்கண்முன் கொண்டுவர முயன்றேன். தூய்மையான வெண்ணிறத்தைக்கொண்ட வளையங்களுக்குள் பொதிந்திருந்த ஆழ்கருமைநிறக் கோளங்கள் இரண்டு மெதுவாகப் புலப்பட்டன. அவற்றை நான் உற்றுநோக்க நோக்க, என் கண்ணெதிரிலேயே அவை பெரிதாகத் துவங்கின. கருநிறக்கோளம் இந்தப் பூமியின் அளவிற்குப் பெரிதாகியது, வெண்ணிறக் கோளமோ, சூரியனின் பிரம்மாண்ட அளவிற்குப் பெரிதாகியது. அந்தக் கருப்புக்குள்ளும் வெண்மைக்குள்ளும் மூழ்கி, அவற்றை ஒன்றோடொன்று வேறுபடுத்திப் பார்க்க இயலாதவாறு, அவற்றின் வீரியம் தாளாமல் என் பார்வையே பறிபோனதைப்போல் உணர்ந்தேன். என் கண்களின் எதிரில் குழப்பமான பிம்பங்கள் தோன்றின. என் தாய் மற்றும் தந்தையின் முகத்தை, என் மாமா மற்றும் மொகமதீன் முகத்தை, இக்பால் மற்றும் வபேயா முகத்தை என்னால் வேறுபடுத்திப்பார்க்க முடியவில்லை. குருடாகிவிடுவேனோ எனும் அச்சத்தில் என் கண்களை பீதியுடன் அகலத் திறந்து பார்த்தேன். இருளில் வபேயாவின் முக விளிம்புகள் தென்பட்டன. அவள் விழித்துக்கொண்டுதான் இருந்தாள்.

"பிர்தவ்ஸ், நீ மிஸ்.இக்பாலை காதலிக்கிறாயா?" எனக் கேட்டாள்.

"நானா?" எனத் திகைத்துப்போய் கேட்டேன்.

"ஆமாம், நீதான். பின் வேறு யார்?"

"இல்லவே இல்லை, வபேயா."

"பின் ஏன், நீ ஒவ்வொரு இரவும் அவரைப்பற்றியே பேசிக் கொண்டிருக்கிறாய்?"

"நானா? அவரைப்பற்றி பேசுகிறேனா? இது உண்மையல்ல, நீ அனைத்தையும் மிகைப்படுத்திவிடுகிறாய், வபேயா."

"மிஸ்.இக்பால் ஒரு அற்புதமான ஆசிரியை" என்றாள், அவள்.

"ஆம். ஆனால் அவர் ஒரு பெண்ணாயிற்றே. நான் எப்படி ஒரு பெண்ணைக் காதலிக்க முடியும்?"

இறுதித் தேர்வுகளுக்கு மேலும் சிலநாட்களே இருந்தன. தன் காதலனைப்பற்றி என்னிடம் பேசுவதை வபேயா நிறுத்திவிட்டாள். இப்போதெல்லாம் முன்னர்போல் வெகுசீக்கிரத்திலேயே விடுதியின் இரவு மணி ஒலிப்பதில்லை. ஒவ்வொருநாள் இரவும், படிப்பறையில் வபேயா மற்றும் மற்ற மாணவிகளுடன் நானும் இரவு வெகுநேரம் கண்விழித்துப் படிப்பேன். மற்ற நாட்களில் எல்லாம் விடுதிக்காப்பாளர், விடுதி முழுவதும் நடைபோட்டபடி நாங்கள் உறங்கும்விதத்தையும், கனவுகண்ட விதத்தையும் கூட கண்காணித்ததைப்போலவே, இப்போது நாங்கள் படிப்பதையும் கண்காணித்தார். படித்துக்கொண்டிருக்கும் மாணவிகளில் ஒருத்தியேனும் புத்தகத்தில் இருந்து தன் தலையை சிறிதளவேனும் அக்கம்பக்கம் திருப்பினாலோ அல்லது தன் கழுத்தை அசைத்தாலோ, அவர் எங்கிருந்தாலும் அந்த மாணவியின்முன் வந்து நின்றுவிடுவார். அந்த மாணவி உடனே, தன் தலையைத் தாழ்த்தி படிக்கத் துவங்கிவிடுவாள்.

பள்ளி வகுப்புகள் எனக்கு மிகவும் பிடித்திருந்தன. விடுதிக்காப்பாளரின் கண்காணிப்பையும் மற்ற விஷயங்களையும் கடந்தும்கூட நான் படிப்பதை விரும்பினேன். இறுதித் தேர்வின் முடிவுகள் வெளியாகியதும், பள்ளியில் இரண்டாவது இடத்தையும், தேசியஅளவில் ஏழாவது இடத்தையும் நான் பெற்றிருப்பதாக அறிவித்தனர். எங்களின் சான்றிதழ்கள் வழங்கப்படும் நிகழ்விற்கென விசேஷ விழா ஏற்பாடு செய்யப்பட்டிருந்தது. மாணவிகளின் தாய்மார்களும், தந்தைமார்களும் மற்ற உறவினர்களும் நூற்றுக்கணக்கில் பரிசுவிழா அரங்கில் கூடியிருந்தனர். பள்ளி முதல்வர் என் பெயரைச்சொல்லி அழைத்தார். ஆனால் என் சான்றிதழைப் பெற்றுக் கொள்ள என் சார்பில் எவருமே என் வீட்டிலிருந்து வந்திருக்கவில்லை. திடீர் அமைதி அரங்கில் பரவியது. பள்ளி முதல்வர் இரண்டாவதுமுறையும் என் பெயரைச் சொல்லியழைத்தார். நான் எழுந்துநிற்க முயன்றேன். ஆனால் என் கால்கள் ஒத்துழைக்கவில்லை. இருக்கையில் அமர்ந்தபடியே, "உள்ளேன்" என மட்டும் பதிலளித்தேன்.

அரங்கில் இருந்த அனைவரது தலைகளும் என்னை நோக்கித் திரும்பின. அனைவரின் விழிகளும் நானிருந்த திசைநோக்கிப் பார்த்தன. என் பார்வையில் அந்த விழிகளெல்லாம் எண்ணிலடங்கா கருநிறக் கோளங்களைச் சுற்றியிருந்த எண்ணிறந்த வெண்ணிற வளையங்களாகத்தான் தோன்றின. அவையனைத்தும் ஒருமித்த வட்டப்பாதையில் சுழன்று என் விழிகளோடு தீர்க்கமாகப் பொருந்தி நின்றன.

"அமர்ந்துகொண்டே பதிலளிக்காதே. எழுந்து நில்!" எனப் பள்ளிமுதல்வர் ஆணையிட்டார்.

அந்த வெண்ணிற வளையங்களும் கருநிறக் கோளங்களும் ஒன்றாக மேலெழும்பி, மீண்டும் என் கண்களோடு பொருந்திக்கொண்டபோதுதான், நான் நின்று கொண்டிருக்கிறேன் என்பதையே அறிந்துகொண்டேன்.

என் வாழ்நாளிலேயே என் காதுகள் கேட்டிராத உரத்த குரலில் பள்ளி முதல்வர், "உன் பொறுப்பாளர் எங்கே?" எனக் கேட்டார்.

அரங்கில் அமைதி மட்டுமே எதிரொலிப்பதைப் போன்று, அங்கு ஒரு பெரும் அமைதி விழுந்தது. அங்கிருந்த காற்று விசித்திர சப்தத்துடன் அதிர்ந்தது. கூடியிருந்தோரின் நெஞ்சம் தாளலயத்துடன் துடிக்கும் ஓசை அரங்கின் பிற்பகுதியில் என்னிடம் வந்து சேர்ந்தது. அனைவரும் தம் தலைகளை திருப்பிக் கொண்டனர். வரிசை வரிசையாக அமர்ந்திருந்த அவர்களின் முதுகுப்புறங்களைப் பார்த்தபடி நான் நின்றிருந்தேன்.

இரு விழிகள்-இரு விழிகள்மட்டும் என் விழிகளை நோக்கின. எத்தனை தொலைவிற்கு என் பார்வையை நான் திருப்பிக்கொண்டாலும், என் தலையை நகர்த்திக் கொண்டாலும், அந்த விழிகள் என்னை மிக நெருக்கமாகப் பின்தொடர்ந்துவந்து என் விழிகளை இறுக்கமாகப் பற்றிக்கொண்டன. பளீரிடும் இரு வெண்ணிற வளையங்களுக்குள் பொதிந்திருந்த அடர்கருவண்ணக் கோள விழிகளைத்தவிர மெல்லிய ஒளிக்கீற்றுகூட அல்லாது அங்கிருந்த அனைத்துமே பேரிருளால் சூழப்பட்டிருப்பதாக எனக்குத் தோன்றியது. அரங்கு முழுவதும் அதீத இருள் நிரம்பிக் கிடந்தது. வெளியே இரவு, நீர்மைமிகுந்த கரிபோலக் கிடந்தது. அவ்விழிகளை நான் காணக்காண ஏதோவொரு மாயவெளியிலிருந்து ஒளி அவ்விழிகளுக்குள் புகுவதைப்போல் அதன் கருமையும்

வெண்மையும் மேலும் மேலும் தீவிரமடைவதைக் கண்டேன்.

இருளுக்குள் புகுந்துசென்று அவர் கரத்தை பற்றிக்கொண்டதைப் போலவோ அல்லது இருளுக்குள் புகுந்துவந்து என் கரத்தை அவர் பற்றிக்கொண்டதைப் போலவோ தோன்றியது. இந்த திடீர் ஸ்பரிசத்தால், இன்பத்தைப் போன்றதொரு ஆழ்ந்த வலியையோ, வலியால் சூழப்பட்ட ஆழ்ந்த இன்பத்தையோ உணர்ந்துகொண்ட என்னுடல் நடுங்கியது. எனது நினைவுகளின் நீளத்தையும்விட நீளமாக, என் வாழ்க்கைப் பயணத்தில் என்னால் நினைவுகொள்ள முடிந்த வருடங்களையும்விடப் பழைய காலமொன்றில், வெகுஆழத்தில் புதைந்துகிடந்த தொலைதூர இன்பமொன்று எழுவதைப்போலிருந்தது. நினைவுக்குவந்த மறுநொடியே மறந்துவிடக்கூடிய ஒன்றாக, காலத்தால் அழிந்துவிடுமாறு ஒரே ஒருமுறைதான் முன்னர் நிகழ்ந்திருந்த ஏதோவொன்றாக அல்லது நிகழ்ந்தேயிராத ஒன்றாக அது இருந்தது.

எனது இதழ்களைப் பிரித்து அவரிடம் எதையோ கூற எத்தனித்தேன். ஆனால் அவரோ, "எதையும் கூறவேண்டாம், பிர்தவ்ஸ்" என்றார்.

என் கையைப்பிடித்து அழைத்துச் சென்று, வரிசை வரிசையாக அமர்ந்திருந்த மக்களைக் கடந்துசென்று, பள்ளி முதல்வர் நின்றிருந்த மேடைமீது ஏறினார். என் சான்றிதழைப் பெற்றுக்கொண்டார், அதற்கான ஒப்புதல் கையொப்பத்தையும் அவரே இட்டார். ஒவ்வொரு பாடத்திலும் நான் பெற்றிருந்த மதிப்பெண்களை முதல்வர் உரத்து வாசித்தார். அரங்கு முழுவதும் கைதட்டல்களால் அதிர்ந்தது. பச்சைப் பட்டு ரிப்பனால் சுற்றி, வண்ணக்காகிதங்களால் அலங்கரிக்கப்பட்டிருந்த சிறுபெட்டி ஒன்றை பள்ளிமுதல்வர் எனக்குப் பரிசளித்தார். அதைப் பெற்றுக்கொள்ள என் கரங்களை நீட்ட முயன்றேன். ஆனால் என்னால் கையை அசைக்கவே முடியவில்லை. மீண்டும், மிஸ்.இக்பால் பள்ளிமுதல்வரை நோக்கிச் சென்றார், முதல்வர் கையிலிருந்த பெட்டியை வாங்கிக்கொண்டார், வரிசையாக அமர்ந்திருந்த மக்களின் இடையே மீண்டும் என்னை அழைத்துவந்து நான் முன்னர் அமர்ந்திருந்த இருக்கையிலேயே என்னை அமரவைத்துவிட்டுச் சென்றார். என் மடியில் சான்றிதழையும் பரிசுப் பொட்டலத்தையும் வைத்துக்கொண்டு நான் அங்கேயே அமர்ந்துகொண்டேன்.

பள்ளியாண்டு முடிவுக்கு வந்துவிட்டது. மாணவிகளின் தந்தையரும் பொறுப்பாளர்களும் வந்திருந்து, மாணவிகளை தம் இல்லத்திற்கு அழைத்துச் சென்றனர். என் மாமாவிற்கு பள்ளிமுதல்வர் தந்தியொன்றை அனுப்பியிருந்தார். சிலநாட்கள் கழித்து, என்னை அழைத்துச் செல்ல அவர் பள்ளிக்கு வந்திருந்தார். பரிசளிப்பு விழாவிற்குப்பிறகு நான் மிஸ்.இக்பாலை பார்க்கவேயில்லை. இரவு விளக்குகள் அணைக்கப்படுவதற்கான கடைசி மணி ஒலித்தபிறகும்கூட என்னால் உறங்கவே முடியவில்லை. சந்தடியில்லாமல் விடுதியின் முற்றத்திற்குச் சென்றேன், அங்கேயே இருளில் தனிமையில் அமர்ந்துகொண்டேன். தொலைவிலிருந்து ஏதேனும் சப்தமெழுந்தாலோ அல்லது அசைவு தென்பட்டாலோ சுற்றும்முற்றும் பார்த்தேன். கணநேரம், மனித உருவொன்று விடுதி வாயிலருகே நடந்துசெல்வதைக் கண்டேன். உடனே துள்ளி எழுந்துகொண்டேன். என் இதயம் வேகமாகத் துடித்தது, மூளைக்குள் இரத்தம் பாய்ந்தது. நான் கண்ட உருவம் என்னருகே வருவதுபோல் தோன்றியது. மெல்ல எழுந்து அதைநோக்கி நடந்தேன். நடக்க நடக்க, என் மயிர்க்கால்களும் உள்ளங்கைகளும் உட்பட என் ஒட்டுமொத்த உடலும் வியர்வையில் தொப்பலாய் நனைந்திருந்ததை உணர்ந்தேன். அந்த இருளில், நான் மட்டும் தனியாக இருந்ததை உணர்ந்துகொண்டதும், என்னுடல் முழுவதும் ஒரு மெல்லிய நடுக்கம் ஓடியது. "மிஸ். இக்பால்" என அழைத்தேன். ஆனால் என் செவிகளுக்கேகூட கேட்காதவாறு பலவீனமானதொரு முணுமுணுப்பாகத்தான் என் குரல் வெளிப்பட்டது. அங்கிருந்து எந்த சப்தமும் வரவில்லையாதலால் என் அச்சம் மேலும் அதிகரித்தது. மனித உருவில் ஏதோவொன்று இருளில் திரிவதை அப்போதும் என்னால் காணமுடிந்தது. இந்த முறை என் குரல் எனக்கே தெளிவாகக் கேட்குமாறு மேலும் சப்தமாக அழைத்தேன்.

"யாரது?"

உறக்கத்தில் இருக்கும் ஒருவர் உரத்துப் பேசுவதைப்போல, கனவில் இருந்த என்னைத் தட்டியெழுப்புவதைப் போல என் குரல் ஒலித்தது. அங்கிருந்த இருள் மெல்ல விலகியது, ஒரு சராசரி மனிதனின் உயரத்துடன், மேற்பூச்சில்லாத செங்கற் சுவரொன்று என்முன்னே இருந்தது. இந்தச் சுவரை நான்

முன்னரே பார்த்திருக்கிறேன். ஆனால் அப்போதுதான் புதிதாகக் கட்டப்பட்டிருந்ததைப்போல் உணர்ந்தேன்.

பள்ளியை விட்டு வெளியேறுவதற்குமுன்னர், அங்கிருந்த சுவர்கள், ஜன்னல்கள் மற்றும் கதவுகளில் எல்லாம் என் பார்வையை ஓடவிட்டேன். அவற்றுள் ஏதேனும் ஒன்றேனும் சட்டெனத் திறந்துகொண்டு, ஒரு நொடியேனும் அவர் விழிகள் என்னைக் காணாதா அல்லது பிரியும் நேரத்தில் கிடைக்கும் ஒரு வழக்கமான கையசைப்பேனும் அவரிடமிருந்து கிட்டாதா என ஏங்கினேன். மிகத் தீவிரமாக, தொடர்ந்து என் பார்வையைச் சுழலவிட்டேன். என் நம்பிக்கையை இழந்துகொண்டிருந்த அதே வேகத்தில் அதை மீண்டும் மீண்டும் உயிர்ப்பித்துக்கொண்டும் இருந்தேன். மேலும் கீழும், அப்படியும் இப்படியுமாக என் விழிகள் தேடியலைந்தபடியே இருந்தன. ஆழ்ந்த உணர்ச்சிப்பெருக்கில் என் நெஞ்சம் விம்மியது. பள்ளியின் வெளிவாயிலைக் கடக்கும் முன்னர், என் மாமாவிடம்,

"தயவுசெய்து எனக்காக மேலும் ஒரே ஒரு நிமிடம் மட்டும் காத்திருங்கள்" எனத் திணறியபடியே கூறினேன்.

அடுத்தநொடியே, எங்கள் பின்னிருந்த வாயிற்கதவு அடைக்கப்பட்டது. நாங்கள் தெருவில் இறங்கி நடக்கத் தொடங்கினோம். ஆனால் எந்த நிமிடமும் அந்த வாயிற்கதவு திறக்கக்கூடும் எனும் நம்பிக்கையில், அந்தக் கதவின் பின்புறத்தில் எனக்காகக் காத்திருக்கும் ஒருவர் நிச்சயமாக அதைத் திறந்துகொண்டு வருவார் எனும் அதீத நம்பிக்கையிலும் நான் திரும்பித்திரும்பி பார்த்தபடியே நடந்தேன்.

மூடப்பட்ட அந்தக் கதவுகளின் காட்சிபிம்பத்தை என் நெஞ்சத்தில் அழுந்தப் பதிந்து கொண்டு, என் மாமாவின் பின்னாலேயே கனமான காலடிகள் எடுத்துவைத்து நடந்தேன். நான் உணவு உண்டபோதும், நீர் பருகியபோதும், படுத்தபோதும்கூட அந்தக் காட்சியே என் மனக்கண்முன் வந்துநின்றது. நான் இப்போது, என் மாமாவின் வீட்டிற்கே திரும்பி வந்துவிட்டேன் என்பதையும் அறிந்தேயிருந்தேன். அந்த இல்லத்தில் அவருடன் வாழ்ந்துகொண்டிருந்த பெண் அவருடைய மனைவி, இங்கு சுற்றிலும் விளையாடிக்கொண்டிருக்கும் குழந்தைகள் அவர்களுடைய குழந்தைகள். படுக்கையறையையும் உணவருந்தும் அறையையும் ஒரு மெல்லிய சுவர் பிரித்தது. அந்தச்

சுவரின் ஓரத்தில் எனக்கென மரத்தாலான ஒரு சிறு சோபா போடப்பட்டிருந்தது, அந்த இல்லத்தில், அந்த ஒரு இடம் மட்டுமே எனக்கென ஒதுக்கப்பட்டிருந்தது. ஒவ்வொரு இரவிலும், அந்த மெல்லிய சுவரின் மறுபுறமிருந்த அவர்களின் படுக்கையறைக்குள் அவர்கள் முணுமுணுப்பதை என்னால் கேட்க முடிந்தது.

"மேல்நிலைக்கல்விச் சான்றிதழை மட்டும் வைத்துக்கொண்டு இக்காலத்தில் வேலை தேடுவதென்பது சிரமமான காரியம்."

"அப்படியானால் அவளை என்னதான் செய்யப்போகிறீர்கள்?"

"எதுவும் முடியாது. மேல்நிலைக்கல்வி அவளுக்கு எதையும் கற்றுத்தந்திருக்காது. அவளை, நான் தொழிற்சார் பயிற்சிப்பள்ளிக்கு அனுப்பியிருக்க வேண்டும்."

"நடந்துமுடிந்ததைப் பற்றிப் பேசி எந்தவொரு பிரயோஜனமுமில்லை. மேற்கொண்டு என்ன செய்வதாக உத்தேசம்?"

"அவளுக்கென ஒரு வேலையை நான் கண்டுபிடிக்கும் வரை அவள் இங்கேயேதான் இருக்கவேண்டியிருக்கும்."

"அது நடக்க இன்னும் பல ஆண்டுகள் ஆகும். இந்த வீடு சிறியது, வாழ்க்கையை நடத்துவதற்கான பணத்தேவையோ அதிகரித்துவிட்டது. நம்முடைய எந்தவொரு குழந்தையையும்விட அவள் இருமடங்கு உண்கிறாள்."

"உனக்கும் குழந்தைகளுக்கும் அவள் உதவியாக இருக்கிறாளே."

"நமக்கு வேலை செய்யவென வேலைக்காரச் சிறுமி இருக்கிறாள்; சமையலை நான் செய்கிறேன். எனவே அவள் நமக்குத் தேவைவில்லை."

"சமையலில் உனக்கு அவள் உதவுவாள். இதன்மூலம் உன் வேலை எளிதாகிவிடும்."

"எனக்கு அவள் சமையல் பிடிப்பதேயில்லை. சமையல் சிறக்க அதனுள் 'சமைப்பவரின் ஆன்மாவைச் செலுத்தவேண்டும்' என்பதை நீங்களும் அறிவீர்கள்தானே, புனிதரே. அவள், நம் உணவுக்குள் 'சுவாசித்து அனுப்புவது' எனக்கும் பிடிப்பதில்லை, உங்களுக்கும் பிடிப்பதில்லை. அவள் நமக்கென

சமைத்த வெண்டைக்கறி உங்களுக்கு நினைவிருக்கிறதா? என் கைகளால் சமைத்த வெண்டைக்கறியைப்போல் அது இல்லை என, நீங்களே ஒருமுறை என்னிடம் குறைகூறியிருந்தீர்களே."

"வேலைக்காரச் சிறுமி சாதியாவிற்குப் பதிலாக இவளை நீ வேலைக்கு வைத்துக்கொண்டால், சாதியாவிற்கு நாம் தரும் சம்பளத்தை மிச்சப்படுத்தலாமே."

"அவளால் சாதியாவிற்குப் பதிலாக வேலைசெய்ய முடியாது. சாதியா சுறுசுறுப்பும் வேகமும் மிக்கவள், தன் வேலையை மனதாரச் செய்பவள். மேலும் உணவின்மீது விருப்பம்கொள்ளமாட்டாள், நீண்ட நேரம் உறங்கவும்மாட்டாள். ஆனால் பிர்தவ்ஸின் ஒவ்வொரு அசைவும் மந்தமாகவும் சிரமத்துடனும் இருக்கும். அவள் அழுத்தக்காரி, அலட்சியமானவளும்கூட."

"அப்படியானால், அவளை என்னதான் செய்வது?"

"அவளைப் பல்கலைக்கழகத்திற்கு அனுப்பித் தொலைக்கலாம், அங்கிருக்கும் மாணவிகளுக்கான குடியிருப்புகளில் அவள் தங்கிக்கொள்ளட்டும்."

"பல்கலைக்கழகத்திற்கா? ஆண்களுக்கு அருகில் அமர்ந்து அவள் படிக்க வேண்டியிருக்குமே? மார்க்கத்தின் மரியாதைமிக்க தலைவரும், இசுலாமியக்குடித்தலைவருமான நான், எனது சகோதரி மகளை ஆண்களுடன் பழகவிடுவதா? அனைத்திற்கும்மேலாக அவளது உடை, புத்தகங்கள் மற்றும் அவள் அங்கு தங்குவதற்கான செலவுகளுக்கு என்னிடம் எங்கே பணம் உள்ளது? இக்காலத்தில் வாழ்க்கையை நடத்த எவ்வளவு செலவாகிறது எனத் தெரியுமா? பொருட்களின் விலைகள் அசுரத்தனமாக உயர்ந்துவிட்டன. ஆனாலும் அரசாங்க ஊழியர்களின் சம்பளமோ, சில மில்லிம்சுகள் (1/1000 தினார் = 1 மில்லிம்சு) மட்டுமே உயர்த்தப்படுகின்றன."

"என்னிடம் ஒரு அற்புதமான யோசனையுள்ளது, புனிதரே."

"என்ன யோசனை?"

"எனது மாமா ஷேக் மகமது, நல்லொழுக்கம் நிறைந்த மனிதர். அவருக்கு நிறைய ஓய்வூதியம் கிடைக்கிறது, குழந்தைகளும் கிடையாது. சென்ற வருடம் அவருடைய

மனைவி இறந்துபோனதிலிருந்து தனியாகத்தான் இருக்கிறார். அவர், பிர்தவ்ஸை மணந்துகொண்டால் அவளுக்கு நல்லதொரு வாழ்க்கை அமைந்துவிடும். இதன்மூலம் அவருக்கு சேவைபுரியக்கூடிய, அவருடைய தனிமையை நீக்கக்கூடிய ஒரு அமைதியான மனைவியை அவரும் அடைந்துவிடுவார். பிர்தவ்ஸ் நன்கு வளர்ந்துவிட்டாள், புனிதரே. அவளுக்குத் திருமணம் செய்யவேண்டும். இனிமேலும் கணவரின் துணையில்லாது வாழ்வது அவளுக்குத்தான் ஆபத்து. அவள் நல்ல பெண்தான். ஆனால் இது வேசிமகன்கள் நிறைந்த உலகம் ஆயிற்றே.''

“நீ சொல்வதும் சரிதான். ஆனால் ஷேக் மகமது அவளைவிடவும் மிகவும் வயதானவர் அல்லவா?''

“யார் சொன்னது, அவர் கிழவர் என்று? இந்த வருடத்தில் இருந்துதான் அவர் ஓய்வூதியம் பெறவே துவங்கியுள்ளார். மேலும் பிர்தவ்ஸுமேகூட அப்படியொன்றும் சின்னப்பெண் அல்லவே! அவள் வயதையொத்தப் பெண்கள் பலருக்கும் பல வருடங்களுக்குமுன்னரே திருமணமாகி குழந்தைகளும் பெற்றுவிட்டனர். அவளைக் கீழ்த்தரமாக நடத்தி, அடித்துத் துன்புறுத்தக்கூடிய ஒரு இளைஞனை மணமுடிப்பதை விடவும், மத நல்லொழுக்கம் மிக்க ஒரு முதியவரை அவள் திருமணம் செய்துகொள்வது எவ்வளவோ மேல். இக்கால இளைஞர்கள் எத்தகையவர்கள் என்பதை நீங்களும் அறிவீர்கள்தானே.''

“நீ சொல்வது சரிதான். ஆனால் அவர் முகத்தில் வெளிப்படையாகத் தெரியும் அந்த விகாரமான குறைபாட்டையும் நீ மறந்துவிடக்கூடாது.''

“குறைபாடா? அதுவொரு குறைபாடு என யார் கூறியது? அனைத்திற்கும் மேலாக, ‘ஒருவனது காலி பணப்பையைவிடவும் அவனை அவமானப்படுத்தக்கூடியது வேறெதுவுமில்லை' எனும் ஒரு வரி உள்ளதே, புனிதரே.''

“ஒருவேளை, அவரை மணந்துகொள்ள பிர்தவ்ஸ் மறுத்துவிட்டால்?''

“அவள் ஏன் மறுக்கப்போகிறாள்? திருமணம் செய்துகொள்ள அவளுக்கு இது நல்லதொரு வாய்ப்பு. அவளுடைய மூக்கை மறந்துவிடாதீர்கள். அது தகரக் குவளையைப் போலப் பெரிதாக அவலட்சணமாக

உள்ளது. மேலும் அவளுக்கென பூர்வீகச் சொத்து ஏதுமில்லை, அவளாக எதுவும் சம்பாதிக்கவும் இல்லை. ஷேக் மகமதுவைத் தவிர நல்ல மணமகனை அவளுக்காக நம்மால் கண்டுபிடிக்கவே முடியாது.''

"இந்த யோசனையை ஷேக் மகமது ஏற்றுக்கொள்வாரா?''

"நான் பேசினால் அவர் நிச்சயமாக இதற்கு ஒப்புக்கொள்வார். அவரிடம் ஒரு பெரிய தொகையை வரதட்சணையாக கேட்கப் போகிறேன்.''

"எவ்வளவு?''

"நூறு பவுண்டுகள். அவரிடம் பணம் இருக்குமானால் இருநூறு கூட கேட்பேன்.''

"ஒருவேளை, அவர் நமக்கு நூறு பவுண்டுகள் மட்டுமே கொடுத்தாலும்கூட அல்லா நம்மிடம் பெருங்கருணை கொண்டுள்ளார் எனத்தான் அர்த்தமாகும். அதற்குமேலும் அவரிடம் கேட்குமளவு நான் பேராசைகொள்ளமாட்டேன்.''

"நான் இருநூறிலிருந்து துவங்கப் போகிறேன். ஐந்து மில்லிம்சுகளுக்காகப் பலமணிநேரம் வாதிடக்கூடிய நபர்தான் அவர். ஒரு பியாஸ்தருக்காகக்கூட பெரும் பிரயத்தனப்படுவார்.'' (பியாஸ்தர் - மத்திய கிழக்கு நாடுகளின் பணம்)

"நூறு பவுண்டுகள் கொடுக்க அவர் ஒப்புக்கொண்டாலுமேகூட, அல்லாவிடமிருந்து கிடைத்த பெரும் ஆசியாகவே அதை நான் கருதிக்கொள்வேன். அந்தப் பணத்தில் என்னுடைய கடன்களை அடைத்துவிடுவேன், புது உள்ளாடைகள் வாங்கிக் கொள்வேன், பிர்தவ்ஸிற்கு என ஒன்றோ, இரண்டோ உடைகளும் வாங்கவேண்டும். தற்போது, அவள் அணிந்துகொண்டிருக்கும் ஆடைகளுடனேயே அவளை மணமுடித்து அனுப்பமுடியாது.''

"எப்படிப் பார்த்தாலும், மணமகளுக்குத் தரவேண்டிய ஆடை ஆபரணங்கள், மரச்சாமான்கள், பாத்திரங்களைப் பற்றியெல்லாம் நீங்கள் கவலைப்பட வேண்டியதில்லை. ஷேக் மகமதுவின் வீட்டில் எல்லாமே இருக்கிறது. மேலும் இக்காலத்தில் கிடைக்கும் மலிவான பொருட்களைப்போல் அல்லாமல், நல்ல திடமான

மரச்சாமான்களைத்தான் அவருடைய இறந்துபோன மனைவி அவ்வீட்டில் விட்டுச் சென்றுள்ளார்."

"சரிதான். நீ கூறுவது உண்மைதான்."

"அல்லாவின்மீது ஆணை, புனிதரே! உங்கள் சகோதரி மகளை ஷேக்மகமது மணமுடிக்க ஒப்புக்கொள்வாரெனில் அவள், உண்மையிலேயே பெரும் அதிர்ஷ்டசாலிதான்."

"அவர் ஒப்புக்கொள்வாரா?"

"அவர் ஏன் மறுக்கப்போகிறார்? இந்தத் திருமணத்தின்மூலமாக, மார்க்கத்தைப் பின்பற்றும் மரியாதைமிக்க ஷேக்காகிய உங்களுடன் சம்மந்தம் செய்துகொள்ளும் வாய்ப்பு அவருக்குக் கிடைக்கவிருக்கிறது. இந்தத் திருமணத்திற்கு அவர் சம்மதிக்க இந்த ஒரு காரணம் போதாதா?"

"ஒருவேளை, செல்வந்தர்வீட்டுப் பெண்ணை மணம் முடிக்க அவர் எண்ணியிருக்கலாம். பியாஸ்தரைக்கூட வழிபடுபவராயிற்றே அவர்."

"உங்களை, நீங்களே வறியவனென எண்ணிக் கொள்கிறீர்களா என்ன? இங்கிருக்கும் பலரையும்விட நாம் வசதியானவர்கள்தான். அதற்காக அல்லாவிற்கு நன்றிகள்."

"உண்மைதான். அல்லா நமக்கு அருளியிருக்கும் அனைத்திற்கும் நாம் அவருக்குக் கடமைப்பட்டுள்ளோம். என்றென்றைக்குமாக அவருக்கு மேன்மையும் புகழும் உண்டாகட்டும். எல்லாம்வல்ல இறைவனாகிய அல்லாவின்பால் நம் அனைவரின் மனதிலும் நன்றி பெருக்கெடுத்து ஓடட்டும்."

படுக்கையிலிருந்த எனக்கு அவர், தன் கரத்தை இருமுறை தொடர்ந்து முத்தமிட்டுக்கொள்ளும் ஓசை கேட்டது.

"எல்லாம்வல்ல இறைவனாகிய அல்லாவின்பால் நம் அனைவரின் மனதிலும் நன்றி பெருக்கெடுத்து ஓடட்டும்" என மீண்டும் கூறினார்.

முதலில் அவர், தன் உள்ளங்கையில் முத்தமிட்டுவிட்டுப் பிறகு தன் புறங்கையிலும் முத்தமிட்டுக்கொள்வதை கற்பனையில் கண்டேன். இடையிலிருந்த அந்த மெல்லிய சுவரின்வழியாக தொடர்ந்து இரு முத்தங்கள் தரப்படும் ஓசை எனக்குத் தெளிவாகக் கேட்டது. அடுத்தநொடியே அவர், தனது

உதடுகளை தன் மனைவியின் கையிலோ அல்லது புஜத்திலோ அல்லது காலிலோ பதித்திருப்பார்போலும். "இல்லை, புனிதரே, வேண்டாம்" என அவர் மனைவி எதிர்ப்புத் தெரிவிப்பது என் காதுகளில் விழுந்தது. உடன் அவர், தனது புஜத்தையோ அல்லது காலையோ மாமாவின் பிடியிலிருந்து விலக்கிக்கொண்டிருக்க வேண்டும்.

மேலும் பல முத்தங்களை இட்டவாறே, மெல்லிய தொனியில் ஒலிக்கும் மாமாவின் முணுமுணுப்பு கேட்டது, "வேண்டாமா, என்ன வேண்டாம் பெண்ணே?"

அவர்களுடைய படுக்கை கிறீச்சிட்டது. சீரற்ற, திணறும் அவர்களின் சுவாசங்களின் ஒலிகள் இப்போது எனக்குத் தெளிவாகக் கேட்டன. மாமாவின் மனைவி மீண்டும் எதிர்த்தார், "வேண்டாம் புனிதரே, நபிகளின் பெயரால் கூறுகிறேன், வேண்டாம். இது பாவகாரியம்."

"ஏ பெண்ணே, உன்னை... எது பாவகாரியம்? யார் நபிகள்? நான் உன் கணவன், நீ என் மனைவி" எனக் கோபம் தெறிக்கும் குரலில் மாமா பதிலளித்தார்.

இரு உடல்கள் ஒன்றோடொன்று பிணையும் போராட்டத்தில் அவர்களின் படுக்கை மேலும் உரக்கக் கிறீச்சிட்டது. உடல்கள் ஒன்றன்மேல் ஒன்று பொருந்தி விலகும் தொடர் அசைவுகளுடன், முதலில் மெதுவாக, கனமாகத் துவங்கி பின்னர் கொஞ்சம் கொஞ்சமாக வேகமெடுத்து, வெறிகொண்டாற்போல அதிர்ந்ததில், அவர்களின் படுக்கை, படுக்கை இருந்த தரை, இடையே இருந்த சுவர் ஆகியவற்றோடு சேர்ந்து நான் படுத்திருந்த சோபாவும்கூட அதிர்ந்தது. சோபாவுடன் சேர்ந்து என் உடலும் அதிர்வதை உணர்ந்தேன். எனவே, எனது சுவாசமும் அதிகரித்தது. விளைவாக சிறிதுநேரம் கழித்து நானும் அதே வெறியுடன் மூச்சிரைக்கத் துவங்கினேன். பின்னர் அவர்களுடைய அசைவுகள் மெல்ல அடங்கின, அவர்களுடைய சுவாசங்களும் மீண்டும் சீராகின, நானும் கொஞ்சம் கொஞ்சமாக அமைதியடைந்தேன். என் சுவாசமும் மீண்டும் தன்னிலைக்குத் திரும்பியது.தெப்பமாக வியர்த்து வழியும் உடலுடன் தூங்கப் போனேன்.

மறுநாள் காலை, என் மாமாவிற்குச் சிற்றுண்டி தயாரித்தேன். அவருக்காக தண்ணீரோ, வேறெதுவுமோ தர நான் சென்றபோதெல்லாம் அவர், தன் விழிகளை உயர்த்தி என்னைப் பார்த்தார். ஆனால் ஒவ்வொருமுறையும் அவருடைய பார்வையைத் தவிர்க்க நான் என் முகத்தைத்

திருப்பிக்கொண்டேன். வீட்டில் இருந்து அவர் வெளியேறியதுமே என் உடைகளை மாற்றிக்கொண்டு என் படுக்கையின்கீழே வைத்திருந்த என் காலணிகளையும் அணிந்துகொண்டேன். என் இரவு உடையை மடித்து எனது சிறு பைக்குள் வைத்துக்கொண்டேன். அதன்மேல் என் மேல்நிலைக்கல்வி சான்றிதழையும் வைத்துப் பையை மூடினேன். என் மாமாவின் மனைவி, சமையல் வேலையில் மும்முரமாக இருந்தார். வேலைக்காரச் சிறுமியோ, குழந்தைகளின் அறைக்குள் அவர்களுக்கு சோறூட்டிக் கொண்டிருந்தாள். என் மாமாவின் குழந்தைகளில் இளையவளான ஆலா அப்போது என்னை நோக்கி வந்தாள். எனது உடையையும், காலணிகளையும், சிறு பையையும் கண்டு அவளுடைய கருவிழிகள் விரிந்தன. அவள் இன்னமும் பேசத் துவங்கவில்லை. எனவே, என்னை பிர்தவ்ஸ் என அழைக்கத் தெரியாமல் 'தவ்ஸ்' என மட்டும் அழைப்பாள். அவர்களின் குழந்தைகளிலேயே இவள் ஒருத்திமட்டும்தான் என்னைக் கண்டு புன்னகைப்பாள், அறைக்குள் நான் மட்டும் தனியாக இருக்கையில் ஓடிவந்து என் படுக்கையின்மீது குதிப்பாள், 'தவ்ஸ், தவ்ஸ்' என அழைப்பாள்.

அவளது கேசத்தை வருடியபடியே நான் 'சொல்' என்பேன்.

'தவ்ஸ், தவ்ஸ்' என மீண்டும் அழைத்துச் சிரிப்பாள். பிறகு அவளுடன் விளையாடவும் அழைப்பாள். ஆனால் அதற்குள் அவளைத் தேடி அவளது தாய் அறைக்கு வெளியேயிருந்து அழைப்பார். உடனே படுக்கையிலிருந்து கீழே குதித்து, தன் சின்னஞ்சிறு கால்களால் தத்தித்தத்தி நடந்து வெளியே சென்றுவிடுவாள்.

என் காலணிகளையும், உடையையும், சிறு பையையும் ஆலா மாறி மாறிப் பார்த்தாள். என் ஆடையின் ஓரத்தைப் பற்றியபடியே, 'தவ்ஸ், தவ்ஸ்' என அழைத்தாள்.

"நான் வெளியே சென்றுவிட்டு வந்துவிடுவேன், ஆலா" என, அவள் காதுகளில் முணுமுணுத்தேன்.

ஆனால் அவள் அமைதியடையவே இல்லை. என் விரல்களை பற்றிக்கொண்டாள், 'தவ்ஸ், தவ்ஸ்' எனத் தொடர்ந்து கூறியபடியே இருந்தாள்.

அவளுடைய கவனத்தை திசைதிருப்புவதற்காக என்னுடைய நிழற்படம் ஒன்றை அவளிடம் கொடுத்தேன். வீட்டின் கதவைத் திறந்து, வெளியே

காலடி எடுத்துவைத்தேன், சத்தமெழுப்பாமல் கதவை மூடினேன். கதவின் பின்னாலிருந்து 'தவ்ஸ், தவ்ஸ்' என ஆலா அழைக்கும் ஒலி கேட்டபடியே இருந்தது.

படிகளில் ஓடினேன், கீழே சென்று சேரும்வரை அவளுடைய குரல் என் காதுகளில் எதிரொலித்தபடியே இருந்தது. நான் தெருவில் இறங்கி நடக்கத் தொடங்கினேன். நடைபாதையில் நடக்கும்போதுகூட எங்கிருந்தோ அவள் குரல் ஒலிப்பதைப் போன்றே இருந்தது. திரும்பிப் பார்த்தேன், எவருமில்லை.

இதே தெருவில் முன்னர் பலமுறை நடந்து சென்றுள்ளேன்தான் எனும்போதும் இப்போது நான் சென்றுசேர குறிப்பிட்ட இலக்கென எதுவும் இல்லாததாலேயே, இது வித்தியாசமான பயணமாக இருந்தது. உண்மையில், என் கால்கள் என்னை எங்கு அழைத்துச் செல்கின்றன என எனக்கே தெரியவில்லை. இந்தத் தெருவை முதன்முறையாக காண்பதுபோல் இருந்தது. இத்தனை நாட்களாக எனக்கென திறக்காத புத்தம்புது உலகமொன்று இன்று திறந்துகொண்டாற்போல் தோன்றியது. இத்தனைகாலமாக இந்தப் புதிய உலகம் இங்குதான் இருந்திருக்கிறது. ஆனால் நான்தான் அதைக் காணாமல் கண்மூடி இருந்திருக்கிறேன்போலும். எப்படி இத்தனைகாலமாக நான் இதைக் கண்டுகொள்ளாமல் இருந்தேன்? என் நெற்றியில் இருந்த மூன்றாவது கண் திடுதிப்பென திறந்துகொண்டதுபோல் இருந்தது. கூட்டம் கூட்டமாக மக்கள் வெள்ளம் சாலையைக் கடந்துசெல்வதைக் கண்டேன். ஒருசிலர் நடந்துசென்றனர், சிலர் பேருந்துகளிலும் கார்களிலும் சென்றனர். அனைவருமே தம்மைச்சுற்றி என்ன நடக்கிறது என்பதை அறிய விருப்பமில்லாதவர்களாக, ஏதோவொரு அவசரத்திலேயே விரைந்துகொண்டிருந்தனர். நான் அங்கு தன்னந்தனியாக நிற்பதை அவர்களில் எவருமே கவனித்ததாகத் தெரியவில்லை. அவர்கள் என்னைக் கவனிக்காததாலேயே என்னால் அவர்களை நன்கு கவனிக்கமுடிந்தது. நைந்து, கந்தலாகிப்போன உடைகளும், கிழிந்த காலணிகளும் அணிந்த மக்களும் தெருவில் நடந்துசென்றனர். அவர்களின் முகங்கள் வெளிறிப் போயிருந்தன. ஏதோ வருத்தத்தாலும் துக்கத்தாலும் பீடிக்கப்பட்டாற்போல அவர்களின் விழிகள் சோர்ந்து, களையிழந்து காணப்பட்டன. அதேசமயம், கார்களில் பயணித்தவர்களோ அகன்ற, சதைப்பற்றான தோள்களைக் கொண்டிருந்தனர், அவர்களின் கன்னங்கள் உருண்டு திரண்டிருந்தன. எச்சரிக்கைமிகுந்த,

சந்தேகிக்கும், கள்ளப்பார்வையுடன் தம் கார் கண்ணாடி ஜன்னல்களின்வழியாக அவர்கள் நோட்டம் விட்டனர். எந்நேரத்திலும் பாய்ந்து தாக்கும் வெறியுடன் இருந்த அந்தப் பார்வையில் ஒரு விசித்தர இழிவுத்தன்மையும் இருந்தது. பேருந்துகளில் பயணிப்போரின் முகங்களையும் கண்களையும் என்னால் தனித்தனியாக பிரித்துப் பார்க்கவே முடியவில்லை. படிகளிலும் கூரைகளிலும் நிரம்பிவழிந்த பேருந்தின் ஒட்டுமொத்த இடத்தையும் அடைத்துக்கொண்டிருந்த மக்களின் தலைகளையும், முதுகுகளையும்தான் என்னால் காணமுடிந்தது. நிறுத்தத்தில் பேருந்து நின்றபோதும், பேருந்தின் வேகம் மட்டுப்பட்டபோதும் மட்டும், வியர்வையில் மினுமினுக்கும் அவர்களின் கடுகடுத்த முகங்களையும், ஏதோ அச்சத்தை வெளிப்படுத்திக்கொண்டிருந்த வீங்கிய கண்களையும் என்னால் காணமுடிந்தது.

தெருக்களை அடைத்துக்கொண்டு நகரும் இத்தனை பெரும் மக்கள் வெள்ளத்தைக் கண்டு ஸ்தம்பித்துப்போனேன். ஆனால் பிறரையோ, தம்மையோகூட கவனிக்காமல் குருட்டு ஜீவன்கள்போல் திரியும் அவர்களைக் கண்டு மேலும் திகைத்துப் போனேன். நானும் அவர்களில் ஒருத்து ஆகிவிட்டிருந்தேன் என்பதை உணர்ந்தபோது மேலும் திகைத்தேன். இதை உணர்ந்த மறுகணமே, ஏதோவொரு மிகப்பெரிய மகிழ்ச்சியை அடைவதுபோல் தோன்றியது. ஆனால் ஒரு குழந்தை, முதன்முதலாக தன் விழிகளைத் திறந்து தன்னைச் சுற்றியிருக்கும் உலகை வியப்புடன் பார்ப்பதைப்போலவும் ஆனால் தான் இதுவரை அறிந்திராத ஒரு புத்தம்புதிய சூழலுக்குள் தான் தூக்கி எறியப்பட்டுள்ளதை உணர்ந்து, மறுநொடியே அந்தக் குழந்தை வீறிட்டுக் கதறுவதைப் போலவும்தான் நான் உணர்ந்தேன்.

இரவு வந்தது. மறுநாள் காலைவரை நான் தங்கிக்கொள்ள எந்தவொரு இடத்தையும் என்னால் கண்டுபிடிக்க முடியவில்லை. என்னுள் ஏதோவொன்று பீதியுடன் அலறுவதை என்னால் கேட்கமுடிந்தது. நான் இப்போது முற்றிலுமாகச் சோர்ந்து போயிருந்தேன். என் வயிறு கடும்பசியில் பற்றியெரிந்தது. ஒரு சுவரின்மேல் சாய்ந்து நின்றுகொண்டு சற்றுநேரம் என்னைச் சுற்றிலும் பார்த்தபடியிருந்தேன். அந்தத் தெரு, கடலைப்போல என்முன்னே விரிந்துகிடப்பதைக் கண்டேன். எவரையும், எதனையும் நின்று நிதானித்துப் பார்க்கும்

திராணியற்ற விழிகளுடன் பேருந்துகளிலும் கார்களிலும் விரைந்துகொண்டிருந்தோரிடையேயும், நடந்துசென்ற மக்களிடையேயும் கடலில் யாரோ சுண்டியெறிந்த ஒரு சிறு கூழாங்கல்போல நான் தத்தளித்து உருண்டு கொண்டிருந்தேன். ஒவ்வொரு நிமிடமும் என்னைக் கடந்து ஆயிரம் விழிகள் சென்றன. ஆனால் அவற்றில் ஒன்றுக்குக்கூட நான் தெரியவேயில்லை.

இருளில் மிக மெதுவாக இரு விழிகள் என்னை நோக்கி வருவதைக் கண்டேன் அல்லது உணர்ந்துகொண்டேன் எனலாம். மெதுவாக, பெரும் கவனக்குவியலுடன் அதன் பார்வை என் காலணிகளின்மீது விழுந்து அங்கேயே சிறிதுநேரம் நிலைத்திருந்தது. பின்னர், என் கால்களைப் பற்றி மேலேறியது, அங்கிருந்து என் தொடைகள், என் வயிறு, என் முலைகள், என் கழுத்து எனத் தாவியேறி இறுதியாக,என் விழிகளை வந்தடைந்தது, சில்லிடவைக்கும் அதே கவனக்குவிப்புடன் என் விழிகளை அந்தப் பார்வை தீர்க்கமாகப் பற்றி நின்றன.

மரணபயம் போன்ற அல்லது மரணமே போன்ற ஒன்றை உணர்ந்து, என் உடல் முழுவதும் நடுங்கியது. என் ஒட்டுமொத்த உணர்வையும் ஸ்தம்பிக்கச்செய்த இந்த அச்சத்தைப் போக்க, என் பின்பக்கத் தசைகளை இறுக்கிக்கொண்டு அந்த நடுக்கத்தை தவிர்க்கப் பார்த்தேன். இத்தனைக்கும் நான் இத்தனை அஞ்சிநடுங்க என்முன்னே கத்தியோ, ஆயுதமோ தாங்கிய கை எதுவுமோகூட இல்லை. இரு கண்கள், இரண்டே இரண்டு கண்கள் மட்டுமே இருந்தன. வெகுபிரயத்தனப்பட்டு எனது காலை முன்னோக்கி நகர்த்தினேன். அந்தக் கண்களிடமிருந்து என் உடலை சில அடிகள் நகர்த்தினேன். ஆனால் என் முதுகின்வழியாக அவை துளைத்து வெளியேறுவதை உணர்ந்தேன். அருகிலிருந்த சிறு கடையொன்றில் விளக்கொளி பளீரிடுவதைக் கண்டேன். அதைநோக்கி விரைவாக நடைபோட்டேன். அந்தக் கடைக்குள் இருந்த கூட்டத்திற்குள் கலந்து நின்றுகொண்டேன். சிறிதுநேரம் கழித்து வெளியேவந்து எச்சரிக்கையுடன் தெருவை எட்டிப் பார்த்தேன். அந்த விழிகள் அங்கு இல்லை என நிச்சயப்படுத்திக் கொண்டதும், நடைபாதையில் வேகமாக ஓடத் துவங்கினேன். முடிந்தவரை, விரைவாக என் மாமாவின் வீட்டை அடைந்துவிட வேண்டும் என்ற எண்ணம் மட்டுமே அப்போது என் மனதில் இருந்தது.

வீட்டிற்குத் திரும்பியதும், நான் எப்படி அந்த வாழ்க்கைக்குப் பழகிக்கொண்டேன் என்பதும் எனக்குத் தெரியவில்லை. நான் எப்படி ஷேக் மகமதுவின் மனைவியானேன் என்பதும் எனக்கு நினைவில்லை. நான் அப்போது அறிந்திருந்ததெல்லாம் ஒன்றே ஒன்றுதான், எப்போது நினைவுபடுத்தினாலும் என் முதுகுத்தண்டு சில்லிட்டுப் போகுமளவுக்கு எனக்குள் பீதியை உண்டாக்கும் அந்த இரு விழிகளைத் தவிர வேறெதுவுமே இந்த உலகில் என்னை அச்சமூட்டக்கூடியதாக இருக்க முடியாது. அந்த விழிகளின் நிறம் பசுமையா, கருமையா அல்லது வேறெதுவும் நிறமா என்பதுகூட எனக்குத் தெரியாது. அவை அகன்று விரிந்த பெரிய கண்களா அல்லது இரு குறுகிய பிளவுகள் போன்றனவா என்பதையும் என்னால் நினைவுபடுத்த முடியவில்லை. ஆனால் இரவிலோ, பகலிலோ எப்போது நான் தெருவில் இறங்கி நடந்தாலும், நிலத்திலுள்ள ஏதோவொரு திறப்பின்வழியாக அவ்விரு கண்களும் திடீரென என்முன் தோன்றிவிடுமோ எனும் அச்சத்துடனேயே, சுற்றும்முற்றும் எச்சரிக்கையுடன் பார்த்தபடியே செல்வேன்.

என் மாமாவின் குடும்பத்தைப் பிரிந்து, ஷேக் மகமதுவின் வீட்டிற்கு வாழச் சென்றேன். மரக்கட்டிலுக்குப் பதிலாக இப்போது சொகுசு மெத்தையொன்றில் உறங்கினேன். ஆனால் சமைத்து, துவைத்து, மரச்சாமான்கள் நிறைந்த அறைகளைக் கொண்ட அந்தப் பெரிய வீட்டைச் சுத்தம்செய்து, நாள்முழுவதும் வேலைசெய்த கடும் சோர்வுடன் அந்த மெத்தையில் என் உடலைக் கிடத்தியதுமே, ஷேக் மகமது என்னருகில் வந்து படுத்துக்கொள்வார். அவருக்கு அறுபது வயதிற்கும் மேலாகிறது. எனக்கோ பத்தொன்பதுகூட முடிந்திருக்கவில்லை. அவருடைய உதட்டின்கீழே மோவாயில், ஒரு பெரிய வீக்கம் இருந்தது. அதன் நடுவில் ஒரு துளையும் இருந்தது. சிலநாட்களில் அந்தத் துளை வற்றிப்போயிருக்கும். ஆனால் மற்ற நாட்களிலெல்லாம், துருப்பிடித்த குழாயின்வழியாகத் துளிகள் ஒழுகுவதுபோல இரத்தச் சிவப்பிலோ அல்லது சீழ்போன்று வெண்மஞ்சள் நிறத்திலோ திரவம் வெளியேறியபடியே இருக்கும்.

துளை காய்ந்திருக்கும்போது மட்டுமே அவர் என்னை முத்தமிட அனுமதிப்பேன். வழவழப்பான திரவம் நிரம்பிய தோல்பை போன்றும், சிறிய பணப்பை போன்றும் காட்சியளிக்கும் அந்த வீக்கம், என் முகத்தின்மீதும் உதடுகளின்மீதும் அழுந்தும் அதேசமயம்,

செத்துப்போன நாயின் உடலில் வீசும் துர்நாற்றத்தைப் போன்ற கடுமையான வீச்சத்துடன்கூடிய திரவத்தை அந்தத் துளை வெளியேற்றும் நாட்களிலெல்லாம், நான் எனது உதடுகளையும் முகத்தையும் வேறுபக்கமாகத் திருப்பிக்கொள்வேன்.

இரவுகளில், அவருடைய கால்களும் கைகளும் என்னை வளைத்துப் பிணைத்துக் கொள்ளும். பல வருடங்களாக நல்ல உணவைக் காணாதவன் ஒரு பருக்கையைக்கூட மிச்சம்வைக்காமல் கிண்ணத்தை வழித்து உண்பதைப்போல, அவரது கரடுதட்டிப்போன விரல்கள் என் உடல் முழுவதும் தடவிப் பார்க்கும்.

அவரால் நிறைய உண்ணமுடியாது. அவர் முகத்தில் இருந்த வீக்கம், அவருடைய தாடைகளின் அசைவுகளை இடையூறு செய்தது. அதையும் மீறி, அவர் அதிக உணவு உண்டால், முதுமையின் காரணமாகச் சுருங்கிவிட்ட அவர் குடல்கள் கோளாறு செய்துவிடும். சிறிதளவே உணவு உண்டார் எனும்போதும், ஒவ்வொருமுறை உணவு உண்ணும்போதும், ஒருதுளி உணவைக்கூட மிச்சம் வைக்காமல் தன் விரல்களின் இடையே இருக்கும் ரொட்டித்துண்டால் உணவுத் தட்டை துப்புரவாகத் துடைத்து உண்பார். நான் உண்ணும்போதும் என் தட்டையே உற்றுப்பார்த்தவண்ணம் இருப்பார். ஏதேனும் உணவை சிறிதளவேனும் நான் மிச்சம் வைத்துவிட்டாலும்கூட உடனே அதை எடுத்துத் தன் வாய்க்குள் போட்டுக்கொள்வார். உணவை வீணாக்குவதாக என்னைக் கடிந்துகொள்வார். உண்மையில், வீணாக்கும் அளவு அதிகப்படியான உணவு அங்கு எனக்குத் தரப்பட்டதேயில்லை. அப்படியே ஏதேனும் உணவுத்துணுக்கு என் தட்டில் ஒட்டிக்கொண்டிருந்தாலுமேகூட, சோப்பும் நீரும் போட்டு அவற்றைத் தட்டிலிருந்து சுரண்டித்தான் எடுக்கமுடியும் எனும் அளவிலேயே இருக்கும்.

இரவில், அவருடைய கைகளும் கால்களும் என்மீது இருந்து விலகியதுமே, அவரிடமிருந்து சந்தடியில்லாது விலகி குளியலறையை நோக்கி ஓசையெழுப்பாமல் செல்வேன். என் முகம், உதடுகள், கைகள், தொடைகள் என என்னுடலின் ஒவ்வொரு பாகத்தையும் பலமுறைகள் சோப்பும் நீரும் விட்டுக் கழுவுவேன்.

அவர் வேலையிலிருந்து ஓய்வுபெற்றவர். வேறு வேலையோ, நண்பர்களோகூட அவருக்கு இல்லை.

வீட்டைவிட்டு அவர் வெளியே செல்வதேயில்லை, ஒரு குவளை காபி அருந்த சில பியாஸ்தர்கள் செலவாகும் என்பதாலேயே காபி கடைக்குக்கூட செல்லமாட்டார். நாள் முழுவதும் என்னருகிலேயே இருந்து, என்னையே கண்காணித்துக்கொண்டு இருப்பார். நான் சமைப்பதையும், பாத்திரங்கள் கழுவுவதையும்கூட கண்காணிப்பார். சோப்புத்தூள் பொட்டலத்தை நான் கைதவறிக் கீழே போட்டுவிட்டாலோ அல்லது சில நெல்மணிகளைத் தரையில் இறைத்துவிட்டாலோ உடனே, தான் அமர்ந்திருக்கும் நாற்காலியில் இருந்து துள்ளியெழுந்து வந்து என் கவனமின்மையைக் கூறி கடிந்துகொள்வார். நெய் டப்பாவில் இருந்து நான் சிறிதளவு அதிகமாக நெய்யைக் கரண்டியில் அள்ளிவிட்டாலோ, உடனே ஆத்திரத்தில் கத்தத் துவங்கிவிடுவார். என்னால்தான் நெய் வெகுசீக்கிரத்திலேயே தீர்ந்துபோய்விடுவதாகக் குறை கூறுவார். குப்பைகளை அள்ளிச்செல்பவர் எங்கள் வீட்டிற்கு வரும்போதெல்லாம், குப்பைக்கூடையில் இருந்தவற்றை நன்கு ஆராய்ந்தபிறகே அவர் அதை ஒப்படைப்பார். ஒருநாள், அதில் கொஞ்சம் உணவுக்கழிவுகள் இருந்ததைக்கண்டு, அக்கம்பக்கத்தினருக்கும் கேட்குமாறு சத்தம் போட்டு என்னை ஏசினார். இதற்குப்பிறகு, காரணம் இருந்தாலும் இல்லாது போனாலும்கூட அவர் என்னை அடிக்கத் துவங்கினார்.

ஒருமுறை, தன் காலணியால் என் உடல் முழுவதும் அடித்து விளாசினார். என் முகத்திலும் உடலிலும் சிராய்ப்புகள் உண்டாகி வீங்கிவிட்டன. உடனே அங்கிருந்து கிளம்பி, என் மாமாவின் வீட்டிற்குச் சென்றுவிட்டேன். அனைத்து கணவன்மார்களும் தங்கள் மனைவியை அடிக்கத்தான் செய்வர் என என் மாமா எனக்கு அறிவுறுத்தினார். என் மாமாவும்கூட தன்னை அடித்திருப்பதாக அவர் மனைவியும் கூறினார். எனது மாமா மரியாதைமிகுந்த ஷேக், மார்க்கத்தின் கொள்கைகளை நன்கு அறிந்தவர். எனவே அவர், தன் மனைவியை அடித்திருக்கவேமாட்டார் என நான் பதிலளித்தேன். அதற்கு அவர், மதக்கோட்பாடுகளை நன்கு அறிந்த ஆண்களே பெரும்பாலும் தம் மனைவியை அடிப்பவர்களாக இருக்கிறார்கள் எனப் பதிலளித்தார். மதத்தின் கட்டளைகள் இத்தகைய தண்டனைகளை அங்கீகரித்துள்ளது. ஒழுக்கமான பெண்மணி எவரும், தன் கணவனைப்பற்றி குறைகூறலாகாது. பூரணப் பணிவுடன் இருப்பதே அவளது கடமையாகும்.

எனக்கு என்ன கூறுவதென்றே தெரியவில்லை. உணவுமேஜைமீது வேலைக்காரப் பெண் மதிய உணவைப் பரிமாறுவதற்குமுன்னரே என் மாமா, என்னை அழைத்துக் கொண்டுபோய் என் கணவர் வீட்டில் விட்டுவிட்டார். நாங்கள் அங்கு சென்று சேர்ந்தபோது என் கணவர் உணவு உண்டுமுடித்திருந்தார். இரவும் வந்தது. அப்போதும்கூட எனக்குப் பசிக்கிறதா என அவர் கேட்கவேயில்லை. ஒரு வார்த்தைகூட என்னோடு பேசாமல் அமைதியாகத் தன் இரவு உணவை உண்டுமுடித்தார். மறுநாள் காலை, நான் சிற்றுண்டி தயாரித்ததும், தன் நாற்காலியில் அமர்ந்து அதையும் உண்டார். ஆனால் என்னைப் பார்ப்பதை மட்டும் தவிர்த்துவிட்டார். உணவருந்த நானும் உணவு மேஜையில் அமர்ந்ததுமே, தன் பார்வையை உயர்த்தி என் தட்டையே வெறித்துப் பார்க்கத் துவங்கினார். நானோ கடும்பசியில் இருந்தேன். என்ன ஆனாலும் சரி, உணவு உண்ணவேண்டும் எனும் வேட்கையில் இருந்தேன். தட்டில் இருந்து ஒரு கவளம் உணவை எடுத்து என் வாயருகே கொண்டுசென்றேன். நான் அதைச் செய்ததுதான் தாமதம், உடனே துள்ளியெழுந்து அவர் கத்தத் துவங்கினார். "உன் மாமாவின் வீட்டில் இருந்து ஏன் மீண்டும் வந்தாய்? ஒருசில நாட்கள்கூட அவனால் உனக்குச் சாப்பாடு போட முடியவில்லையா? இப்போதேனும் புரிந்துகொள், என் ஒருவனால் மட்டும்தான் உன் போக்கை தாங்கிக்கொள்ள முடியும், நான் ஒருவன்தான் உனக்கு உணவளிக்கவும் முடியும். பின், ஏன் என்னிடமிருந்து விலகுகிறாய்? நான் அருகில் வரும்போது ஏன் உன் முகத்தைத் திருப்பிக்கொள்கிறாய்? நான் அசிங்கமாக இருக்கிறேனா? என்மீது நாற்றமடிக்கிறதா? உன் அருகில் வரும்போதெல்லாம் நீ ஏன் விலகி விலகிச் செல்கிறாய்?"

வெறிநாய்போல் என்மீது பாய்ந்தார். அவர் முகவீக்கத்தின் துளையிலிருந்து கடும் துர்நாற்றத்துடன் சீழ் வெளியே வடிந்துகொண்டிருந்தது. ஆனால் இம்முறை என் முகத்தையோ, நாசியையோ வேறுபக்கமாய் நான் திருப்பிக்கொள்ளவில்லை. மரக்கட்டைபோல, பல வருடங்களாக உபயோகமற்றுக் கிடக்கும் பழைய மரச்சாமான் போல, நாற்காலியின்கீழே எப்போதோ மறந்துவிடப்பட்ட ஜோடி காலணிகளைப் போல, எவ்வித அசைவுமற்று, உயிரெல்லாம் வற்றிப்போன ஜடம்போலக் கிடந்த என்னுடலை, எவ்வித எதிர்ப்புமின்றி

அவர் உடலிடம் ஒப்படைத்தேன். என் முகத்தை அவர் முகத்திடம் ஒப்படைத்தேன்.

ஒருநாள், ஒரு பெரிய தடியால் அவர் என்னைத் தாக்கினார். என் மூக்கிலும் காதுகளிலும் இரத்தம் வழிந்தது. உடனே நான் அங்கிருந்து வெளியேறிவிட்டேன். ஆனால் இம்முறை, என் மாமாவின் வீட்டிற்குச் செல்லவில்லை. வீங்கிய கண்களுடனும், காயம்பட்ட முகத்துடனும் தெருக்களின்வழியே நடந்துசென்றேன். ஆனால் ஒருவரும் என்னைப் பொருட்படுத்தவேயில்லை. கால்நடையாகவும், பேருந்துகளிலும், கார்களிலும் மக்கள் விரைந்துகொண்டிருந்தனர். தம்மைச் சுற்றியுள்ள எதையும் காணமுடியாத குருடர்களைப் போல அவர்கள் தோன்றினர். எல்லையில்லாது விரிந்துகிடக்கும் கடல்போல தெரு என்முன்னே கிடந்தது. ஒரு கூழாங்கல்போல் நான் அதனுள் விசிறியெறியப்பட்டிருந்தேன். அதன் அலைகளால் அங்குமிங்கும் அலைக்கழிக்கப்பட்டு மேலும்கீழுமாய் உருண்டு கரையில் தூக்கியடிக்கப்பட்டிருந்தேன். நடந்து நடந்து மிகவும் களைப்படைந்திருந்தேன், நடைபாதையோரம் போடப்பட்டிருந்த நாற்காலி ஒன்றில் ஓய்வெடுப்பதற்காக அமர்ந்தேன். எங்கிருந்தோ காப்பியின் அடர்த்தியான மணம் என் நாசியை வந்தடைந்தது. பரிசாரகன் ஒருவன் என்னருகே வந்து குடிப்பதற்கு ஏதேனும் வேண்டுமா எனக் கேட்டான். ஒரு குவளை நீர் மட்டும் தருமாறு அவனிடம் வேண்டிக் கேட்டுக்கொண்டேன்.

என்னைக் கோபத்துடன் பார்த்தான். தெருவில் போவோர்வருவோருக்கெல்லாம் காபிக்கடை நீர் தருவதில்லை என்றான். சய்யீதா ஸைனப் கல்லறை அருகில்தான் இருப்பதாகவும், வேண்டுமானால் அங்கு சென்று நீர் குடித்துக்கொள்ளுமாறும் கூறினான். என் கண்களை உயர்த்தி அவனைப் பார்த்தேன். என் முகத்தைக் கண்டதும், எப்படி இத்தனைக் காயங்கள் என் முகத்தில் உண்டாகின என்று வினவினான். நான் பதிலளிக்க வாயெடுத்தேன். ஆனால் வார்த்தைகள் வெளியேறவில்லை. இரு கைகளாலும் என் முகம் பொத்தி அழத் துவங்கினேன். சிறிதுநேரம் அங்கேயே தயங்கி நின்றான். பின்னர் உள்ளே சென்று ஒரு குவளை நீர் கொண்டுவந்து கொடுத்தான். என் உதடுகளில் குவளையை வைத்ததும், நீர் என் தொண்டைக்குள் இறங்காமல் சிக்கிக்கொண்டது, மூச்சுத்திணறுவதைப்போல உணர்ந்தேன். நீர் தொண்டையில் இருந்து மீண்டும் வாய்க்கே திரும்பியது.

சிறிது நேரம் கழித்து, அந்தக் காபிக்கடையின் முதலாளி வந்தார், என் பெயரைக் கேட்டார்.

"பிர்தவ்ஸ்" என்றேன்.

"ஏன், உன் முகமெல்லாம் காயமாக உள்ளது? யாராவது உன்னை அடித்தார்களா?" எனக் கேட்டார்.

பதில் கூற முயன்றேன். ஆனால் மீண்டும் வார்த்தைகள் தொண்டைக்குழியிலேயே சிக்கிக் கொண்டன. பெரும் சிரமத்துடன் சுவாசித்தபடியே என் கண்ணீரை அடக்கிக் கொண்டேன்.

"சிறிதுநேரம் ஓய்வெடு. நீ குடிக்க சூடாகத் தேநீரோ, காப்பியோ கொண்டுவருகிறேன். உனக்குப் பசிக்கிறதா?" எனக் கேட்டார்.

இத்தனைநேரமும் என் விழிகள் நிலத்தையே நோக்கிக் கொண்டிருந்தன. அவருடைய முகத்தை ஒருமுறைகூட நான் ஏறிட்டுப் பார்க்கவில்லை. அவரது குரல் என் தந்தையுடையதைப்போல் சிறிது கரகரப்புடன் இருந்தது. என் தந்தை, தனது இரவு உணவை உண்டுமுடித்ததும் என் தாயை அடிப்பார். பிறகு அமைதியாகி என்னிடம்,

"உனக்குப் பசிக்கிறதா?" எனக் கேட்பார்.

சட்டென, என் வாழ்வில் முதன்முறையாக என் தந்தையை நல்லவராக உணர்ந்தேன். என்னுள்ளே எங்கோ, வெகு ஆழத்தில் அவர்மீது நான் பாசம் கொண்டிருந்ததாகவும் இப்போது அவரை எண்ணி ஏங்குவதாகவும் உணர்ந்தேன்.

"உன் தந்தை உயிருடன் இருக்கிறாரா?" என அவர் கேட்டார்.

"இல்லை, அவர் இறந்துவிட்டார்" என்றேன். முதன்முறையாக அவர் இறந்ததையெண்ணி அழுதேன். அந்த மனிதர் என் தோள்களை தட்டிக் கொடுத்தபடியே,

"எல்லோரும் ஒரு நாள் இறக்கத்தான் வேண்டும், பிர்தவ்ஸ்! உன் தாயேனும் உயிருடன் உள்ளாரா?" எனக் கேட்டார்.

"இல்லை" என்றேன்.

"உனக்கென குடும்பமே இல்லையா? சகோதரன், மாமா என எவருமே இல்லையா?"

என் தலையை ஆட்டி, "இல்லை" என மீண்டும் கூறினேன். சட்டென, எனது சிறிய பையைத் திறந்து "என்னிடம் எனது மேல்நிலைக்கல்விச் சான்றிதழ் உள்ளது. இந்தச் சான்றிதழையோ அல்லது எனது துவக்கப்பள்ளிச் சான்றிதழையோ கொண்டு என்னால் ஒரு வேலையைத் தேடிக்கொள்ள முடியும். தேவைப்படுமானால், இந்தச் சான்றிதழ்களே தேவைப்படாத வேலையையும் செய்ய நான் தயாராகவே உள்ளேன்" என்றேன்.

அவருடைய பெயர் பயோமி. என் விழிகளை உயர்த்தி அவர் முகத்தைப் பார்த்தபோது எனக்கு எந்தவித அச்சமும் தோன்றவில்லை. அவருடைய மூக்கும்கூட என் தந்தையுடையதைப் போன்றே பெரிதாக, உருண்டையாக இருந்தது. என் தந்தையைப் போலவே கருநிறச் சருமமும் கொண்டிருந்தார். அவர் விழிகளில் அமைதியும் சாந்தமும் ததும்பின. கொலை செய்யக்கூடிய ஒருவனின் விழிகள்போல் அவை எனக்குத் தோன்றவில்லை. அவருடைய கைகள் பணிவும் இணக்கமும் மிக்கவையாகத் தோற்றமளித்தன. அவற்றின் அசைவுகள் அமைதியாகவும் ஆர்ப்பாட்டமின்றியும் இருந்தன. வன்முறையும் கொடூரமும் நிறைந்தவனின் கரங்கள்போல் அவை காட்சியளிக்கவில்லை. தனது இல்லத்தில் இரு அறைகள் இருப்பதாகவும், எனக்கு வேலை கிடைக்கும்வரை அவற்றுள் ஏதேனும் ஒரு அறையில் நான் தங்கிக்கொள்ளலாம் என்றும் அவர் கூறினார். அவருடைய வீட்டிற்குச் செல்லும் வழியில் ஒரு பழக்கடையில் நின்றார்.

"உனக்கு ஆரஞ்சுகள் பிடிக்குமா, தேன் நாரந்தைகள் பிடிக்குமா?" எனக் கேட்டார்.

அவருக்குப் பதிலளிக்க முயன்றேன். ஆனால் வார்த்தைகள் வெளியேறவில்லை. எனக்கு ஆரஞ்சுகள் பிடிக்குமா, தேன் நாரந்தைகள் பிடிக்குமா என இதற்குமுன்னர் எவருமே கேட்டதில்லை. எனது தந்தை, எனக்குப் பழங்களே வாங்கித் தந்ததில்லை. என் மாமாவும் என் கணவரும் பழங்கள் வாங்கிவருவர். ஆனால் என் விருப்பத்தை அவர்கள் கேட்டதேயில்லை. உண்மையில், எனக்கு ஆரஞ்சுகள் பிடிக்குமா, தேன் நாரந்தைகள் பிடிக்குமா என எனக்கே தெரியாது. அவர் மீண்டும் என்னிடம்,

"உனக்கு ஆரஞ்சுகள் பிடிக்குமா அல்லது தேன் நாரந்தைகள் பிடிக்குமா?" எனக் கேட்டார்.

"தேன் நாரந்தைகள்" என்றேன். ஆனால் அவற்றை வாங்கியபிறகே எனக்கு தேன் நாரந்தைகளைவிட ஆரஞ்சுகளே பிடித்தமானவை என்பதையும், ஆரஞ்சுகளைவிடத் தேன் நாரந்தைகள் விலை குறைவானவை என்பதாலேயே அவற்றை வாங்கச் சொல்லியிருந்தேன் என்பதையும் எண்ணி வெட்கப்பட்டேன்.

குறுகிய சந்து ஒன்றினுள் இருந்த இரு அறைகள்கொண்ட வீட்டில் பயோமி வசித்து வந்தார். அந்த வீட்டின் எதிரிலேயே ஒரு மீன்சந்தை இருந்தது. வீட்டைப் பெருக்கிச் சுத்தம்செய்வேன், மீன் சந்தையிலிருந்து மீனோ, முயலோ, இறைச்சியோ வாங்கிவந்து அவருக்காக உணவு சமைப்பேன். அவர் எதுவுமே உண்ணாமல் நாள்முழுவதும் காபிக் கடையில் வேலை செய்வார். இரவு வீடு திரும்பியதும் வயிறுமுட்ட சாப்பிட்டுவிட்டுத் தன் அறைக்குச்சென்று தூங்கிவிடுவார். மற்றொரு அறையில் தரையில் விரிக்கப்பட்டிருந்த மெத்தையின்மீது நான் படுத்துக்கொள்வேன்.

நான், அவர் வீட்டிற்குச் சென்றது குளிர்காலமாக இருந்தது. எனவே, இரவுகளில் குளிர் என்னை நடுக்கியது. அவர் என்னிடம்,

"வேண்டுமானால் நீ என் கட்டிலில் படுத்துக்கொள், நான் தரையில் படுத்துக்கொள்கிறேன்" என்றார்.

நான் அதற்கு மறுத்துவிட்டேன். தரையிலேயே படுத்து உறங்கினேன். ஆனால் அவர் எழுந்துவந்து என் கையைப் பிடித்து அவருடைய படுக்கைக்கு அழைத்துச் சென்றார். குனிந்த தலையுடன் அவருடன் நடந்துசென்றபோது சங்கடமாக உணர்ந்தேன். எனவே, தட்டுத்தடுமாறியபடியே சென்றேன். என் வாழ்வில் இதற்குமுன்னர் எவருமே என் நலனை முதன்மையாகக் கருதியதேயில்லை. குளிர்காலங்களில், கணப்படுப்பு இருந்த அறையை என் தந்தை ஆக்கிரமித்துக்கொண்டு, என்னை குளிர் நடுக்கும் அறையில் படுக்கவைத்துவிடுவார். என் மாமாவோ, கட்டில் மெத்தையில் படுத்துக்கொண்டு, என்னை மர சோபாவில் படுக்கவைப்பார். எனக்குத் திருமணமாகியதும், நான் உண்பதைவிடவும் இருமடங்கு உணவை என் கணவர் உண்டபோதும், நான் உண்ணும்போது என் தட்டையே வெறித்துப்பார்த்துக் கொண்டிருப்பார்.

படுக்கையின் அருகே சென்றதும் நான் ஒரு நொடி தாமதித்தேன், “ஆனால் என்னால் கட்டில் மெத்தையில் உறங்க முடியாது” என முணுமுணுத்தேன்.

அவரோ, “நான் உன்னை தரையில் படுக்க விடமாட்டேன்” என்றார்.

அப்போதும் என் தலை நிலத்தைப் பார்த்தபடியேதான் இருந்தது. என் கையோடு அவர் கையையும் கோர்த்திருந்தார். என் மாமா, என்னைத் தொட்டபோது நான் கண்டிருந்த அதே பெரிய கையையும், நீண்ட விரல்களையும் இவரிடமும் கண்டேன். அவரைப்போலவே இவரது விரல்களும் நடுங்கிக் கொண்டிருந்தன. எனவே, நான் என் கண்களை மூடிக்கொண்டேன்.

முன்னர் எப்போதோ கண்டிருந்த ஒரு கனவு நினைவிற்குவருவதுபோல, வாழ்வோடு துவங்கிய ஒரு நினைவைப்போலவே அவருடைய அந்த திடீர்த் தொடுகை தோன்றியது. தெளிவில்லாத சுகத்தை அல்லது சுகம்போல் தோன்றும் வலியை அல்லது முன்னர் நான் அறிந்திராத ஒரு சுகத்தை என்னுடல் துய்த்தது, எனதல்லாத வேறொரு வாழ்வில் வாழ்வதுபோல அல்லது எனதல்லாத வேறொரு உடலில் இருப்பதுபோலவும் தோன்றியது.

அந்தக் குளிர்காலம் முழுவதும், அதைத் தொடர்ந்துவந்த கோடைக்காலம் முழுவதும்கூட நான் அவருடன், அவருடைய படுக்கையிலேயே படுத்துக் கொண்டேன். என்னை அவர் அடித்ததேயில்லை, நான் உண்ணும்போது என் உணவுத்தட்டை வெறித்துப் பார்த்ததுமில்லை. மீன் சமைத்தால், மீனின் நடுப்பாகம் முழுவதையும் அவருக்குப் பரிமாறிவிட்டு, மீன் தலையையும் வாலையும் மட்டும்தான் நான் உண்பேன். அதேபோல் முயல்கறி சமைத்தாலும், அதன் முழுஉடலையும் அவருக்குத் தந்துவிட்டு, அதன் தலையை மட்டுமே நான் உண்பேன். வயிறாரப் பசியாறாமலேயேதான் ஒவ்வொருமுறையும் நான் உணவுமேஜையைவிட்டு எழுந்தேன். சந்தைக்குச் செல்லும்வழியில், தெருக்களில் செல்லும் பள்ளி மாணவிகளையெல்லாம் ஆசையுடன் பார்ப்பேன். நானும் ஒருகாலத்தில் அவர்களுள் ஒருத்தியாக இருந்துள்ளேன் என்பதையும், மேல்நிலைக்கல்விச் சான்றிதழ் பெற்றிருக்கிறேன் என்பதையும் அச்சமயம் நினைவுபடுத்திக்கொள்வேன். ஒருநாள், அந்த

மாணவிகளின் எதிரே சென்று நின்றேன். அப்போது நான் அணிந்திருந்த உடையிலிருந்து கடும் மீன்வீச்சம் அடித்ததால், அவர்கள் என்னை ஏளனத்துடன் மேலும் கீழும் பார்த்தனர். நானும் மேல்நிலைக்கல்விச் சான்றிதழ் பெற்றவள்தானென அவர்களிடம் கூறினேன். உடனே அவர்கள் என்னைக் கேலி செய்தனர். அவர்களுள் ஒருத்தி, தன் தோழியின் காதுகளுக்குள்,

"இவள் பைத்தியக்காரிபோல் இருக்கிறது. தனக்குத்தானே பேசிக்கொள்கிறாள் பார்த்தாயா?" என முணுமுணுத்தாள்.

நான் தனக்குத்தானே பேசிக்கொள்ளவில்லை. என்னிடமும் மேல்நிலைக்கல்விச் சான்றிதழ் உள்ளதென அவர்களிடம்தான் கூறிக்கொண்டிருந்தேன்.

அன்றைய இரவு பயோமி வீட்டிற்கு வந்ததும், "என்னிடம் மேல்நிலைக்கல்விச் சான்றிதழ் உள்ளது, அதைக்கொண்டு நான் ஏதேனும் வேலையைத் தேடிக் கொள்ளப்போகிறேன்" என்றேன்.

"பல்கலைக்கழகப் பட்டங்கள் பெற்றிருந்தும்கூட வேலைகிடைக்காத இளைஞர்களின் எண்ணிக்கை அதிகரித்துள்ளது, காபிக்கடைக்கு வருகைதரும் அவர்களிடமிருந்து இதை நான் தெரிந்துகொண்டேன்" என்றார் அவர்.

"ஆனால் நான் வேலைக்குச் செல்லத்தான் வேண்டும். என்னால் இப்படியே இங்கு இருக்க முடியாது" என்றேன்.

என் முகத்தைப் பார்க்காமலேயே, "இப்படியே இருக்கமுடியாது என்றால் என்ன அர்த்தம்?" எனக் கேட்டார்.

"இப்படியே தொடர்ந்து உங்கள் வீட்டில் என்னால் வசிக்கமுடியாது. நானொரு பெண், நீங்களோ ஆண், நம் இருவரைப்பற்றியும் அக்கம்பக்கத்தினர் கிசுகிசுத்துக் கொள்கிறார்கள். மேலும் எனக்கொரு வேலையை நீங்கள் தேடித்தரும் வரை நான் இங்கு தங்கினால் போதுமென்று முன்னரே கூறியிருந்தீர்களே." எனத் திணறித்திணறிக் கூறிமுடித்தேன்.

அவர் ஆத்திரத்துடன், "அதற்கு நான் என்ன செய்யவேண்டும், உனக்காக சொர்க்கங்களைக் கொண்டுவர வேண்டுமா என்ன?" என வெடுக்கென கேட்டார்.

“நாள் முழுவதும் நீங்கள் காபிக் கடையிலேயே உழல்கிறீர்கள், எனக்கொரு வேலையைத் தேட எவ்வித முயற்சியையும் நீங்கள் எடுத்ததாகத் தெரியவேயில்லை. நானே வெளியே சென்று எனக்கொரு வேலையை தேடிக்கொள்ளப் போகிறேன்.”

மிக அமைதியான குரலில், நிலத்தைப் பார்த்தபடியேதான் நான் இதைக் கூறினேன். ஆனால் அவரோ, துள்ளியெழுந்து வந்து என் முகத்தில் ஓங்கி அறைந்தார். “ஆண்களைத் தேடியலையும் தேவடியாளே, வேசியே, உனக்கு எவ்வளவு தைரியமிருந்தால் என்னெதிரில் குரலை உயர்த்திப் பேசுவாய்?” எனக் கத்தினார்.

அவருடைய கை பெரியதாக, உறுதியாக இருந்தது. என் வாழ்நாளிலேயே இத்தனை பலமான அறையை நான் பெற்றதேயில்லை. என் தலை கிறுகிறுத்தது, சுவர்களும் தரையும் வேகமாகச் சுழன்றன. என் தலை, ஒரு நிலைக்கு வரும்வரை என் இரு கைகளாலும் அதை அழுத்தமாகப் பிடித்துக்கொண்டேன். பிறகு என் தலையைத் தூக்கிப் பார்த்தேன். எங்கள் இருவரின் கண்களும் சந்தித்துக் கொண்டன. முதன்முறை நான் தெருவில் சந்தித்து அஞ்சிய அதே விழிகளை மீண்டும் காண்பதைப்போல இருந்தது. அடர்கருமையான இரு விழிப்பரப்புகள் என் விழிகளை வெறித்தன. பின்னர் மெதுவாக அவை என் முகத்தின்மீது ஊர்ந்தன, தொடர்ந்து என் கழுத்து, முலை, அடிவயிறு எனப் பயணித்த அந்தப் பார்வை, அதற்கும்கீழே சென்று என் தொடைகளின் இடையே நிலைத்து நின்றது. மரணபயம் என்னுடல் முழுவதும் பரவி நடுநடுக்கியது, அவர் பார்வை நிலைத்த இடத்தை மறைத்துக்கொள்ள என் கைகள் தன்னிச்சையாக விரைந்தன. ஆனால் அவரது வலுமிக்க கைகள் என் கைகளை சட்டெனத் தட்டிவிட்டன. அடுத்த நொடி, தனது முஷ்டியால் ஓங்கி என் அடிவயிற்றில் ஒரு குத்து விட்டார். அதே இடத்தில் சுயநினைவிழந்து சுருண்டு விழுந்தேன்.

என்னை வீட்டிலேயே அடைத்துப் பூட்டிவிட்டு அவர் வெளியே செல்லத் துவங்கினார். இப்போதெல்லாம் நான் மற்றுமொரு அறையில் தரையில்தான் படுத்துக் கொள்கிறேன். நள்ளிரவில் அவர் வீடு திரும்பியதும், என் போர்வையை இழுத்து எறிந்துவிட்டு என் முகத்தில் ஓங்கி அறைவார். பிறகு தன் முழு உடல் எடையையும் என்மீது கிடத்துவார். கண்களை மூடிக்கொண்டு, என்னுடலை

ஒப்படைத்துவிடுவேன். சுகமோ, வலியோ, விருப்பமோ, அசைவோ அற்று, எதையும் உணர்ந்திடும் திராணியுமற்று என்னுடல் கிடக்கும். மரக்கட்டைபோல, காலுறைபோல, காலணி போல, உயிரற்ற ஒரு பிணம்போல என்னுடல் கிடக்கும். ஒருநாள் இரவு, அவரது உடல் எடை கூடியிருந்தாற்போலத் தோன்றியது, அவரது சுவாசத்தில் வேறுவிதமான வாசமடித்தது. எனவே, கண்களைத் திறந்து அவரைப் பார்த்தேன். என்மீது கிடந்தது பயோமி அல்ல.

"யார் நீ?" எனக் கேட்டேன்.

"பயோமி" என்றான் அவன்.

"நீ பயோமி அல்ல. யார் நீ?" என மீண்டும் கேட்டேன்.

"இதிலென்ன பெரிய வித்தியாசம் கண்டுவிடப்போகிறாய் நீ? நானும் பயோமியும் ஒன்றுதான்" என்றவன் தொடர்ந்து,

"உனக்கு சுகமாக இருக்கிறதா?" எனக் கேட்டான்.

"என்ன கேட்டாய்?" எனக் கேட்டேன்.

"உனக்கு சுகமாக இருக்கிறதா?" என மீண்டும் கேட்டான்.

உண்மையில், என்னால் எதையுமே உணர முடியவில்லை. ஆனால் அதைக் கூறப் பயந்தேன். எனவே, மீண்டும் கண்களை மூடிக்கொண்டு,

"ஆமாம்" என்றேன்.

என் தோளின் சதைகளுக்குள் அவன் பற்களைப் பதித்தான். என் முலைகளையும் அடிவயிற்றையும் பலமுறை கடித்தான். அவ்வாறு கடிக்கும்போதெல்லாம்,

"வேசியே, பெண் நாயே!" எனத் தொடர்ந்து கூறியபடியே இருந்தான். பிறகு என் தாயையும் பழித்துக் கூறினான். ஆனால் அவை என்ன வார்த்தைகள் என என்னால் கிரகித்துக்கொள்ள முடியவில்லை. மீண்டும் அவ்வார்த்தைகளை நான் உச்சரிக்க முயன்றபோதும்கூட அவற்றை என்னால் நினைவுகூர முடியவில்லை. ஆனால் அன்றைய இரவுக்குப் பிறகு அந்த வார்த்தைகளை பயோமியும் அவனது நண்பர்களும் பலமுறை என்னிடம் உச்சரித்தனர். எனவே, அவற்றைக்கூற நானும் பழகிக்கொண்டேன். கதவு வெளிப்புறமாக பூட்டப்பட்டிருப்பதைக் கண்டபோதெல்லாம் நானும்

அதே வார்த்தைகளை ஆத்திரத்துடன் கத்தினேன். கதவை பலமாகத் தட்டி,

"பயோமி, நீயொரு …மகன்" என அலற முயன்று, அது அவனது தாயைப் பழிப்பதாகும் என்பதாலும், அவ்வாறு ஒரு தாயைப் பழிப்பது தவறு என்பதாலும் அந்த வார்த்தைகளை தவிர்த்துவிட்டேன். அவன் தாய்க்குப் பதிலாக அவனது தந்தையைப் பழித்து அசிங்கமாகத் திட்டினேன்.

ஒருநாள், கதவின் அருகில் அமர்ந்து நான் அழுதுகொண்டிருப்பதை, கிராதியின் வழியாக பக்கத்து வீட்டுப்பெண் பார்த்துவிட்டார். அவரிடம் நடந்த அனைத்தையும் கூறி அழுதேன். அதைக் கேட்டதும் அவரும் என்னுடன் சேர்ந்து அழுதார். காவல்துறையை அழைக்கலாம் என ஆலோசனை கூறினார். ஆனால் காவலர்கள் எனும் வார்த்தை என்னை அச்சுறுத்தியது. அதற்குப்பதிலாக தச்சர் ஒருவரை அழைத்துவருமாறு அப்பெண்ணிடம் வேண்டினேன். சிறிதுநேரம் கழித்து தச்சர் வந்து கதவின் பூட்டை உடைத்துத் திறந்தார். பயோமியின் வீட்டைவிட்டு வெளியேறி தெருவுக்கு ஓடினேன். இந்த உலகத்தில் மனதார எனக்கு அடைக்கலம் அளிக்கக்கூடிய ஒரே புகலிடமாக தெருதான் இருந்தது. பயோமி என்னைப் பின்தொடர்கிறாரா என அடிக்கடி திரும்பிப் பார்த்தபடியே தெருவில் ஓடினேன். அவரது முகம் எங்கும் தென்படவில்லை எனத் தெரிந்ததுமே மேலும் வேகமாக ஓடத் தொடங்கினேன்.

அந்த நாளின் முடிவில், பெயர்தெரியாத தெருவொன்றில் நடந்துசென்று கொண்டிருந்தேன். நைல் நதியின் ஒருபக்கக் கரையோரம் அந்தத் தெரு அமைந்திருந்தது, தெருவின் இருமருங்கும் உயர உயரமான மரங்கள் வளர்ந்திருந்தன. அந்தப் பாதையே வெகு தூய்மையாகவும், நன்கு பராமரிக்கப்பட்டதாகவும் இருந்தது. அங்கிருந்த வீடுகளைச்சுற்றி தோட்டங்களும் வேலிகளும் இருந்தன. என் நுரையீரலுக்குள் புகுந்த காற்று வெகு சுத்தமானதாகவும் மாசற்றும் இருந்தது. நதியைப் பார்த்தவாறு கல்லால் ஆன இருக்கையொன்று வீதியோரத்தில் இருந்தது. அதில் அமர்ந்துகொண்டு புத்துணர்வூட்டும் காற்றை சுவாசித்தேன். சிறிதுநேரம் விழிமூடி அமர்ந்திருந்தேன், அடுத்த நொடி என்னருகில் ஒரு பெண்ணின் குரல் கேட்டது.

"உன் பெயர் என்ன?"

கண்களைத் திறந்தேன், என்னருகில் ஒரு பெண் அமர்ந்திருந்தார். பச்சைவண்ண சால்வையொன்றைப் போர்த்தியிருந்தார். அவர் கண்களும்கூட பச்சைநிறத்தில் அலங்கரிக்கப்பட்டிருந்தன. நைல் நதியின் கரையோரத்தில் இருந்த மரங்களின் பச்சையத்தைப் போன்ற சக்திவாய்ந்ததொரு பச்சை நிறத்தில் அவரது கண்மணிகள் ஒளிர்ந்தன. அந்த மரங்களின் பச்சையம் நதிநீரில் பிரதிபலித்ததால், அவரது கண்களில் பளீரிட்ட பசும் நிறத்திலேயே நைல் நதியும் பாய்ந்துகொண்டிருந்தது. எங்களின்மீது விரிந்துகிடந்த வானம் ஆழ்நீல வண்ணத்தில் விகசித்தது. ஆனாலும் என்னைச் சுற்றிலும் பரவிருந்த இந்த நீர்மை பச்சையத்துடன் மற்ற அனைத்து வண்ணங்களும் கலந்துவிட்டிருந்ததால், நானும் அந்தப் பச்சைக்குள் மூழ்குவதைப்போல உணர்ந்தேன்.

இந்த அடர்பச்சையத்திற்குள் மூழ்குவது விசித்திரமான அனுபவமாக இருந்தது. அடர்த்தியான, திடமான இந்தக் கரும்பச்சை கடல்நீரைப்போல இருந்தது. அந்தக் கடலில் நான் உறங்குகிறேன், கனவு காண்கிறேன், உறங்கியபடியும் கனவு கண்டபடியும் கடலுக்குள் மூழ்குகிறேன், துளியும் நனையாமல் அதனுள் அமிழ்கிறேன், மூழ்காமல் அதில் பயணித்தபடியே இருக்கிறேன். வெகுஆழத்திற்கு இழுத்துச் செல்லப்பட்டு கடலின் மடியில் கிடப்பதைப் போன்று உணர்கிறேன், அடுத்த கணமே மென்மையாக மேலெழும்பி கடலின் மேற்பரப்பிற்குவந்துவிட்டதாகவும் உணர்ந்தேன்.

ஆழ்ந்த உறக்கத்திற்கு ஏங்குவதைப்போல என் இமைகள் கனத்தன. ஆனால் அந்தப் பெண்ணின் குரலோ, என் செவிகளில் எதிரொலித்தபடியே இருந்தன. அது மிகவும் மிருதுவான குரலாக இருந்தது, கேட்பவரை கிறங்கடிக்கச் செய்யுமாறு அந்தக் குரலில் ஒருவித குழைவுத்தன்மை இருந்தது.

"நீ சோர்ந்து போயுள்ளாய்." என்றார்.

என் இமைகளை சிரமத்துடன் திறந்து, "ஆமாம்" என்றேன்.

அவருடைய கண்களின் பச்சையம் மேலும் அடர்த்தியாயிற்று.

"அந்த நாய்க்குப் பிறந்த மகன் உன்னை என்ன செய்தான்?" எனக் கேட்டார்.

தூக்கத்திலிருந்து திடீரென விழித்துக் கொண்டாற்போல நான் திடுக்கிட்டுப்போனேன்.

"நீங்கள் யாரைச் சொல்கிறீர்கள்?" எனக் கேட்டேன்.

தனது தோள்களைச்சுற்றி சால்வையை இழுத்துவிட்டுக்கொண்டு அவர் கொட்டாவி விட்டார். மீண்டும் அதே கிறங்கடிக்கும் குரலில்,

"எவனோ ஒருவன், இதிலென்ன பெரிய வித்தியாசம் வேண்டியிருக்கிறது. அவர்கள் அனைவருமே ஒன்றுதான். நாய்க்குப் பிறந்தவன்கள், பெயர்கள்தான் வேறுவேறாக இருக்கும். மகமது, அசானன், பவ்சி, சாப்ரி, இப்ராகிம், அவாதய்ன், பயோமி."

"பயோமி?!" மலைத்துப் போய் வினவினேன்.

அவர் உரக்கச் சிரித்தார். சிரிக்கும்போது அவருடைய சிறிய, வெண்ணிறப் பற்களைக் கண்டேன், அவற்றின் இடையே ஒரு தங்கப்பல்லும் இருந்தது.

"அவர்கள் அனைவரையும் நான் அறிவேன். இவன்களில் எவன் உனக்கு இதைத் தொடங்கிவைத்தான்? உன் அப்பாவா, உன் சகோதரனா, உன் மாமன்களில் ஒருவனா?"

இந்தமுறை என்னுடல் பலத்த அதிர்வுக்குள்ளானதில் நான் கல் இருக்கையைவிட்டுத் துள்ளியெழுந்தேன்.

"என் மாமா" என மெல்லியகுரலில் கூறினேன்.

அவர் மீண்டும் சிரித்தார். பச்சை சால்வையை ஒருபக்கத் தோளில் போட்டுக் கொண்டார்.

"அப்படியானால், பயோமி உன்னை என்ன செய்தான்?" எனக் கேட்டார். ஒரு நொடி அமைதியாக இருந்தார். பிறகு, "நீ இன்னமும் உன் பெயரைக் கூறவில்லையே. உன் பெயர் என்ன?" எனக் கேட்டார்.

"பிர்தவ்ஸ். உங்கள் பெயர்? நீங்கள் யார்?" எனக் கேட்டேன்.

அவர் விசித்திரமான பெருமிதத்துடன் தனது முதுகையும் தலையையும் நிமிர்த்திக் கொண்டார். "நான், ஷரீபா சலாஹ் எல் தைன். அனைவருக்கும் என்னைத் தெரியும்" எனக் கூறினார்.

அவருடைய அடுக்குமாடிக் குடியிருப்புக்கு என்னை அழைத்துச்சென்றார், வழியெங்கும் அவரிடம் எனக்கு நேர்ந்தவற்றை விவரித்தபடியே சென்றேன்.

நதியை ஒட்டியிருந்த அந்தத் தெருவிலிருந்து, ஒரு சின்ன சந்திற்குள் நுழைந்து, அங்கேயிருந்த ஒரு பெரிய அடுக்குமாடிக் குடியிருப்பின்முன் நின்றோம். மின்தூக்கியில் மேல்மாடிக்குச் செல்லும்போது என்னுடல் நடுநடுங்கியது. தன் பைக்குள் இருந்து சாவியை எடுத்துக் கதவைத் திறந்தார், அடுத்த நொடி, தரைவிரிப்புகளால் அலங்கரிக்கப்பட்டிருந்த அப்பழுக்கற்றதொரு விசாலமான வீட்டிற்குள் நான் நுழைந்தேன். அந்த வீட்டின் மேல்தளம் நைல்நதியைப் பார்த்தவண்ணம் அமைந்திருந்தது. அவர் என்னைக் குளியலறைக்கு அழைத்துச் சென்றார். சுடுநீர், குளிர்ந்தநீர் குழாய்களை எப்படித் திறப்பது என எனக்குச் சொல்லிக்கொடுத்தார். குளித்துமுடித்ததும் நான் அணிந்துகொள்ள அவருடைய உடைகள் சிலவற்றையும் கொடுத்தார். அந்த உடைகள் வசீகரமான நறுமணத்துடன், மிக மென்மையாக இருந்தன. எனது கேசத்தை வாரியெடுத்து, எனது உடையின் கழுத்துப்பட்டையைச் சரிசெய்துவிட்ட அவருடைய கைவிரல்களும்கூட மென்மையாகவே இருந்தன. இவ்வாறு அங்கு என்னைச் சுற்றியிருந்த அனைத்திலுமே மிருதுத்தன்மையும் மென்மையும் இருந்ததை உணர்ந்தேன். எனது கண்களை மூடிக்கொண்டு, மிருதுத்தன்மைகொண்ட அனைத்திடமும் என்னை ஒப்படைத்தேன். இந்த வீட்டில் இருந்த மற்ற பொருட்களைப்போலவே எனது உடலும்கூட புதிதாகப் பிறந்ததொரு சிசுவைப் போல மிருதுவாக, மென்மையாக மாறிவிட்டதாகவே உணர்ந்தேன்.

அங்கிருந்த நிலைக்கண்ணாடியில் என்னை நானே பார்த்துக்கொண்டபோது, ரோஜா இதழின் மென்மையும் மிருதுவும்கொண்ட புத்தம்புது உடலுடன் மீண்டும் நான் புதிதாகப் பிறந்துவந்தாற்போல உணர்ந்தேன். நான் முன்னர் அணிந்திருந்த கடினமான, அழுக்கான உடைகளைப்போலில்லாது, இந்த உடைகள் சுத்தமாகவும் மென்மையாகவும் இருந்தன. வீடு அப்பழுக்கற்று சுத்தமாகப் பளீரிட்டது. அங்கிருந்த காற்றும்கூட தூய்மையாக இருந்தது. மூச்சை நன்றாக உள்ளிழுத்து, என் நுரையீரல்களை சுத்தமான காற்றால் நிறைத்துக்கொண்டேன். திரும்பி அவரைப் பார்த்தேன். மரங்களின் வண்ணம், வானம் மற்றும் நைல் நதியின் வண்ணத்தைக் கொண்டு அவரது விழிகளின் பச்சையம் மேலும் தீர்க்கமாக ஒளிர்ந்திட, அவர் வெகுஅருகில் நின்று என்னையே பார்த்துக் கொண்டிருந்தார். அவரது விழிகள் என்னை நன்கு ரசிக்கும்வண்ணம் ஏதுவாக

நின்றுகொண்டு, என் கரங்களை அவர் கழுத்தைச்சுற்றிப் பிணைத்துக்கொண்டேன், பிறகு "நீங்கள் யார்?" என அவரிடம் முணுமுணுத்தேன்.

"உன் தாய்," எனப் பதிலளித்தார்.

"ஆனால் என் தாய்தான் பல வருடங்களுக்கு முன்னரே இறந்துவிட்டாரே."

"அப்படியானால் நான் உன் சகோதரி."

"எனக்குச் சகோதரியோ, சகோதரனோ கிடையாது. அவர்கள் அனைவருமே நோய்வாய்ப்பட்ட கோழிக்குஞ்சுகளைப் போல சிறுவயதிலேயே இறந்துவிட்டனர்."

"அனைவரும் இறக்கவேண்டியவர்கள்தான் பிர்தவ்ஸ், நான் இறப்பேன், நீ இறப்பாய், ஆனால் இறக்கும்வரை எப்படி வாழ்கிறோம் என்பதுதான் இங்கு முக்கியம்."

"எப்படி வாழ்வது? வாழ்க்கைதான் மிகக் கடினமாக இருக்கிறதே.."

"அப்படியானால் நீ வாழ்க்கையைவிட கடினமாக இருக்கவேண்டும், பிர்தவ்ஸ். வாழ்க்கை மிகக் கடினமானது. உண்மையில், வாழ்வைவிடக் கடினமானவர்களாக இருப்பவர்களால் மட்டும்தான் இங்கு வாழவே முடியும்."

"ஆனால் நீங்கள் கடினமானவர் அல்லவே ஷரீபா, பிறகெப்படி உங்களால் வாழ முடிகிறது?"

"நான் கடினமானவள், மிகக் கடினமானவள், பிர்தவ்ஸ்."

"இல்லை, நீங்கள் மென்மையானவர், மிருதுவானவர்."

"என் சருமம் வேண்டுமானால் மிருதுவாக இருக்கலாம். ஆனால் என் இதயம் குரூரமானது, எனது கடி உயிரைப் பறிக்கவல்லது."

"பாம்பின் கடியைப் போலவா?"

"ஆம், மிகச்சரி. பாம்பின் கடியைப்போலவேதான். வாழ்க்கையும் பாம்பைப் போன்றதுதான். அவை இரண்டும் ஒன்றுதான், பிர்தவ்ஸ். நீயொரு பாம்பல்ல என அந்தப் பாம்பிற்குத் தெரிந்துவிட்டால் அது உன்னைத் தீண்டிவிடும். உன்னிடம் விஷக்கொடுக்கு இல்லையென

வாழ்க்கைக்குத் தெரிந்துவிட்டால் அது உன்னை விழுங்கிவிடும்.”

ஷரீபாவின் கைகளில் ஒரு இளம் மாணவியென நான் மாறிப்போனேன். என் மனதினுள் புதைந்துகிடந்த எனது பால்யத்தின் கடந்தகால வாழ்வை நோக்கி அவர் என் கண்களைத் திறந்துவிட்டார். நானே அறிந்திராத எனது இருண்ட பகுதிகளை, எனது முகத்தில், உடலில் மறைந்துகிடந்த அழகை, ஆராய்ந்து அவற்றை எனக்குத் திறந்துகாட்டினார். முதன்முறையாக நான் அவற்றை அறிந்துகொண்டேன், அவற்றைப் பற்றிய விழிப்புணவும் என்னுள் அப்போதுதான் தோன்றியது.

காந்தத்தைப் போல மற்றவர்களை ஈர்க்கவல்ல, பிரகாசிக்கும் கருவிழிகள் என்னிடமிருந்தன. எனது மூக்கும்கூட பெரிதாகவோ, உருண்டையாகவோ இருக்கவில்லை. மாறாக, அது மிருதுவாகவும் காமமாக உருமாறிவிடக்கூடிய அதீதக் கவர்ச்சி நிரம்பியிருந்தாகவும் இருந்ததைக் கண்டுகொண்டேன். எனதுடல் மெல்லியதாக இருந்தது. என் தொடைகளோ இறுக்கமாக, தசைகள் முறுக்கேறி, வேண்டும் நேரங்களிலெல்லாம் மேலும் விறைப்பாகிக்கொள்ளத்தக்கவையாகவும் விளங்கின. எனது தாயை நான் வெறுத்திருக்கவுமில்லை, என் மாமாவை காதலித்திருக்கவும் இல்லை, பயோமியையோ அல்லது அவரது தோழர்களையோ அறிந்திருக்கவுமில்லை என உணரத் துவங்கினேன்.

ஷரீபா ஒருநாள் என்னிடம், “இத்தனைநாளும் உன்னை நீயே உயர்வாக மதிக்கவில்லை. எனவேதான் பயோமிக்கும் அவனுடைய கூட்டாளிகளுக்கும் உன் மதிப்பு தெரிந்திருக்கவில்லை. ஒரு ஆணுக்கு எப்போதுமே ஒரு பெண்ணின் மதிப்பு தெரியாது, பிர்தவ்ஸ். தன் மதிப்பை அவள்தான் நிர்ணயித்துக்கொள்ளவேண்டும். எத்தனை அதிகமாக உனக்கு நீயே விலையை நிர்ணயித்துக்கொள்கிறாயோ, அத்தனை அதிகமாக அவன் உன் மதிப்பை உணர்ந்துகொள்வான். மேலும் உனக்குரிய விலையை எப்பாடுபட்டேனும் கொடுத்துவிடவும் தயாராக இருப்பான். ஒருவேளை, நீ கேட்கும் விலைக்குரிய பொருள் அவனிடம் இல்லையெனில், பிறரிடமிருந்து திருடியேனும் அந்த விலையை உனக்குக் கொடுத்துவிடுவான்.” எனக் கூறினார்.

அதைக்கேட்டு நான் வியந்துபோனேன். "எனக்கென ஏதேனும் விலைமதிப்பு உள்ளதா என்ன, ஷரீபா?" எனக் கேட்டேன்.

"நீ அழகாக இருக்கிறாய், கலாச்சார நயம் மிகுந்தும் காணப்படுகிறாய்."

"கலாச்சார நயம்? என்னிடமிருப்பதெல்லாம் என் மேல்நிலைக்கல்விச் சான்றிதழ் மட்டுமே" என்றேன்.

"இப்படித்தான் உன்னை நீயே தாழ்த்திக்கொள்கிறாய், பிர்தவ்ஸ். துவக்கப்பள்ளிச் சான்றிதழைத் தவிர என்னிடம் எதுவுமேயில்லை தெரியுமா?"

"ஆனால் உங்களுக்கென ஒரு விலை உள்ளதே" என, நான் எச்சரிக்கையுடன் கேட்டேன்.

"உண்மைதான். பெரிய விலை கொடுக்காமல் எவராலும் என்னைத் தொடமுடியாது. நீ என்னைவிடவும் இளம்பெண்ணாய் இருக்கிறாய், என்னைவிடவும் கலாச்சாரத்துடன் விளங்குகிறாய். எனவே, எனக்கு அளித்ததைவிடவும் இருமடங்கு பணம் தராமல் எவராலும் உன்னை நெருங்கமுடியாது."

"ஆனால் ஒரு ஆணிடமிருந்து இப்படி என்னால் பணம் கேட்க முடியாதே."

"நீ எதையும் கேட்கத் தேவையில்லை. அது என் வேலை, உனதல்ல."

நைல் நதியும், வானும், மரங்களும் மாறிவிடுமா என்ன? நானே மாறிவிட்டேன் எனும்போது நைலும், மரங்களின் வண்ணமும் ஏன் மாறக்கூடாது? ஒவ்வொருநாள் காலைவேளையும் என் அறை ஜன்னலைத் திறக்கும்போது, மரங்களின் பச்சையத்தை சுமந்துகொண்டு நைல் நதி தியானித்து நகர்வதைக் கண்டேன். சுற்றியிருக்கும் அனைத்தும் பிரகாசிக்கும் பச்சையத்தில் குளித்திருப்பதாய் தோன்றும். அதன் சக்தியை என் வாழ்வில், என்னுடலில், இளஞ்சூடான இரத்தம் பாயும் என் நரம்புகளிலும்கூட உணர்ந்தேன். நான் அணிந்துகொண்ட பட்டாடைகள் மற்றும் நான் படுத்துறங்கிய பட்டுமெத்தைகளின் ஸ்பரிசங்களைப் போன்ற மிருதுநிறைந்த வெப்பத்தால் என்னுடலும் நிறைந்திருந்தது. காற்றுவெளியில் பரவியிருந்த ரோஜாக்களின் நறுமணத்தால் என் நாசி நிறைந்திருந்தது. இளம் ரோஜாக்களின் நறுமணத்திற்குள் மூழ்கினேன்,

கட்டில்மேல் விரிக்கப்படும் பட்டு விரிப்புகளின்மீது என் கால்களை நீட்டிக்கொண்டேன், மிருதுவான தலையணைமீது தலைசாய்த்துக் கொண்டேன். இவ்வாறாக, மிருதுவும் வெப்பமும் நிறைந்த அந்தச் சூழலுக்குள் நான் புதைந்துபோனேன். அடங்காத என் தாகம் தீர்ந்திட, என் நாசியின்வழியாக, என் வாய் வழியாக, என் காதுகள்வழியாக, என்னுடலின் ஒவ்வொரு துளையின்வழியாகவும்கூட அந்த மிருதுத்தன்மையின் நீர்மையைப் பருகினேன்.

எனது அருகில் படுத்திருந்த ஆணின் விரல்களைப் போலவே, இரவு வேளைகளில் நிலவொளி பட்டுப் போன்ற வழவழப்புடனும், வெண்மையுடனும் என்மீது படர்ந்தது. அவனது விரல் நகங்களும்கூட சுத்தமாக, வெண்மையாக இருந்தன. இரவைப்போல் கருமையாக இருந்த பயோமியின் நகங்களைப் போன்றோ, புழுதி நிறைந்து கருப்பாக இருந்த என் மாமாவின் நகங்களைப் போன்றோ அவை இருக்கவில்லை. நிலவின் வெள்ளியொளி என் தேகம் முழுவதும் பரவும், நான் என் விழிகளை மூடிக்கொள்வேன். அவனுடைய பட்டு விரல்கள் என் முகத்திலும், இதழ்களிலும் உலாவும். பின்னர் அவை என் கழுத்தின்வழியாகப் பயணித்து, என் முலைகளின் இடையே புதைந்துகொள்ளும்.

சிறிதுநேரம் அந்த விரல்களை என் முலைகளின் இடையிலேயே வைத்துப் போஷிப்பேன். பிறகு அவை, என் அடிவயிற்றின்மீது பயணித்து, என் தொடைகளின் இடையே சென்றடையும். என்னுடலின் வெகுஆழத்திற்குள் ஒருவித விசித்திர நடுக்கத்தை உணர்வேன். முதலில் சுகம்போலத் துவங்கும், வலிபோல் தோன்றும் ஒரு சுகம் அது. அதுவே, வலியில் சென்று முடியும், சுகம்போல் தோன்றும் வலி அது. வெகு காலத்திற்குமுன்னர் இருந்தே வந்துள்ளது, துவக்கத்தில் இருந்தே என்னுடனேயே இருந்தது அது. நெடுங்காலத்திற்கு முன்னர் அதை நான் உணர்ந்திருக்கிறேன். ஆனால் தற்போதோ அதை மறந்துவிட்டேன். நான் பிறப்பதற்குமுன்னர் இருந்த நாட்களை நோக்கி, எனது வாழ்நாட்களைக் கடந்தும் பின்னோக்கிச் சென்று, எனதல்லாத என்னுடலில் இருந்தும், எனதல்லாத என்னுறுப்பில் இருந்தும், புராதனக் காயமொன்றில் இருந்தும் எழுந்துவருவதைப் போல அது எழுந்தது.

ஒருநாள், நான் ஷரீபாவிடம், "ஏன் என்னால் எதனையும் உணர முடியவில்லை?" எனக் கேட்டேன்.

"நாம் வேலை செய்கிறோம், வேலை மட்டுமே செய்கிறோம். வேலையோடு உணர்வுகளைக் கலந்து குழப்பிக்கொள்ளாதே."

"ஆனால் எனக்கு அதை உணரவேண்டும்போல் இருக்கிறது, ஷரீபா" என்றேன்.

"அதன்மூலம் வலியைத் தவிர வேறெதையும் உன்னால் உணரமுடியாது."

"அப்படியெனில், இதில் எனக்கு சுகம் கிடைக்காதா, துளி சுகம்கூட கிடைக்காதா?"

இதைக்கேட்டு ஷரீபா வெடித்துச் சிரித்தார். சிரிக்கும்போது அவருடைய சிறு, வெண்ணிறப் பற்களைக் கண்டேன், அவற்றின் இடையே ஒரு தங்கப்பல்லும் இருந்தது. சிறிதுநேரம் அமைதியாக இருந்தார். பிறகு என்னை கடுமையாகப் பார்த்து,

"பொறித்த கோழி இறைச்சியும், அரிசிச்சோறும் உண்கிறாயே, அது உனக்கு சுகமளிக்கவில்லையா? மிருதுவான பட்டாடைகளை அணிந்துகொள்வது உனக்கு சுகமளிக்கவில்லையா? நைல் நதியைப் பார்த்தபடி ஜன்னல்களைக் கொண்டிருக்கும் இந்த சுத்தமான, கதகதப்பான வீட்டில் வாழ்வது உனக்கு சுகமளிக்கவில்லையா? தினமும் காலையில் ஜன்னல்களைத் திறந்து நைல் நதியையும், ஆகாயத்தையும், மரங்களையும் காண்பது உனக்கு சுகமளிக்கவில்லையா? உனக்கு இவையெல்லாம் போதாதா என்ன? ஏன் மேலும் சுகங்களுக்கு ஆசைப்படுகிறாய்?" எனக் கேட்டார்.

பேராசை கொண்டு நான் பிற விஷயங்களைக் கேட்கவில்லை. ஒருநாள் காலையில் எப்போதும் போல நான் ஜன்னலைத் திறந்தேன். ஆனால் அங்கு நைல் நதியைக் காணவில்லை. நைல் நதி அங்கேயேதான் இருக்கிறதென்பதையும், அதன் நீர் என் கண்முன்னாலேயேதாம் பாய்ந்து ஓடிக்கொண்டு இருக்கிறதென்பதையும் நான் அறிந்தேயிருந்தேன். ஆனால் என்னால் நதியைப் பார்க்க முடியவில்லை, என் விழிகள் காணும் திறனை இழந்துவிட்டாற்போலத் தோன்றியது. இத்தனை நாட்களும் என்னைச் சூழ்ந்திருந்த நறுமணங்களும்கூட மறைந்துவிட்டாற்போல் தோன்றின.

எப்படி எனது விழிகளால் எதிரில் இருப்பவற்றை காண முடியவில்லையோ அதேபோல், என் நாசியால் எதையும் நுகரவும் முடியவில்லை. பட்டாடைகளின் மிருதுத்தன்மை, சொகுசு மெத்தை என எல்லாமே இருந்தனதாம். ஆனால் என்னால் அவை எதையுமே உணர முடியவில்லை.

நான் அந்த வீட்டைவிட்டு வெளியே சென்றதேயில்லை. உண்மையில், படுக்கையறையை விட்டேகூட வெளியே சென்றதில்லை. படுக்கையோடு சேர்த்து அறையப்பட்டதைப்போல இரவும் பகலும் தொடர்ந்து நான் அந்தப் படுக்கையின்மீதே கிடந்தேன். ஒவ்வொரு மணிநேரத்திற்கும் ஒருமுறை ஒரு ஆண் உள்ளே வருவான். இதுபோல பலரும் வந்தனர். இவர்கள் அனைவரும் எங்கிருந்து வருகின்றனர் என்பதும் எனக்குத் தெரியாது. அவர்கள் அனைவருமே மணமானவர்களாக, படித்தவர்களாக, பருத்த தோல்பைகளைச் சுமந்துவருபவர்களாக, தமது சட்டைப்பைகளில் பருத்த பணப்பைகளை வைத்திருப்பவர்களாகவே இருந்தனர். அவர்களின் பெருத்த தொந்திகள் அவர்கள் உண்ட பெருந்தீனியின் பாரந்தாளாமல் தொங்கிக் கிடந்தன. அவர்களின் உடலில் இருந்து ஏராளமாகப் பெருகிவழிந்த வியர்வையின் வீச்சம் எனக்குக் குமட்டலை உண்டாக்கியது, அவர்களின் உடலுக்குள்ளேயே நீண்ட நாட்களாகத் தேங்கிக்கிடந்த கழிவுநீர்போல் அந்த வியர்வை துர்நாற்றமடித்தது. நான் என் முகத்தைத் திருப்பிக்கொள்வேன். ஆனால் அவர்கள் என்னை வலுக்கட்டாயமாகத் தங்களின் பக்கம் திருப்பி, தம் வீச்சமெடுக்கும் உடலை என் முகத்தில் புதைத்தனர். அவர்களின் நீண்ட கூர்நகங்களை என் சதைக்குள் புதைத்தனர். அச்சமயம், வலி தாளாமல் எழும் என் அலறலை அடக்கிக்கொள்ள என் உதடுகளை இறுக்கமாக மூடிக்கொள்வேன். எனினும் என்னையும் மீறி மெல்லிய முனகல் ஒலி என்னிடமிருந்து வெளிப்பட்டுவிடும். இந்த முனகலைக் கேட்டதுமே, என்மீது கிடக்கும் அந்த ஆண்,

"உனக்கு சுகமாக இருக்கிறதா?" என என் காதுகளுக்குள் முட்டாள்தனமாக முணுமுணுப்பான்.

அதற்கு பதிலளிக்கும்விதமாக என் உதடுகளைக் குவித்து அவன் முகத்தில் காறி உமிழ்ந்துவிட நினைப்பேன். ஆனால் அதற்குள் குவித்த என் உதடுகளை அவன், தன் பற்களால் கடித்திழுக்கத் துவங்கிவிடுவான்.

என் உதடுகளின் இடையே அவனுடைய கெட்டியான எச்சிலை உணர்வேன், என் நாக்கால் உந்தி அந்த எச்சிலை அவன் வாய்க்குள்ளேயே தள்ளிவிடுவேன்.

இத்தனை ஆண்களின் மத்தியில், ஒரேயொரு ஆண் மட்டும் முட்டாளாக இல்லாமல், நான் சுகம் உணர்கிறேனா என என்னிடம் கேட்காமலிருந்தான். அதற்குப் பதிலாக,

"உனக்கு வலிக்கிறதா?" எனக் கேட்டான்.

"ஆமாம்" என்றேன்.

"உன் பெயர் என்ன?"

"பிர்தவ்ஸ். நீங்கள்?"

"என் பெயர் பவ்சி."

"எனக்கு வலிக்கிறது என, நீங்கள் எப்படி அறிந்துகொண்டீர்கள்?"

"ஏனெனில் என்னால் உன்னை உணரமுடிகிறது."

"உங்களால் என்னை உணரமுடிகிறதா?"

"ஆமாம். உன்னாலும் என்னை உணரமுடிகிறதா?"

"என்னால் எதையுமே உணரமுடிவதில்லை."

"ஏன்?"

"அது எனக்குத் தெரியாது. வேலை என்றால் வேலையை மட்டும்தான் பார்க்க வேண்டும். வேலைக்குள் உணர்வுகளைக் கலக்கக்கூடாது என ஷரீபா, என்னிடம் கூறியிருக்கிறார்."

இதைக்கேட்டு அவன் சின்னதாகச் சிரித்துவிட்டு, என் உதடுகளில் முத்தமிட்டான். "ஷரீபா உன்னை ஏமாற்றுகிறாள், உன்னைவைத்து அவள் பணம் சம்பாதிக்கிறாள், ஆனால் உனக்கோ வலி மட்டுமே மிஞ்சுகிறது."

இதைக்கேட்டதும் நான் அழுதேன். என் கண்ணீரைத் துடைத்துவிட்டு, தன் கரங்களில் என்னை ஏந்திக்கொண்டான். என் விழிகளை மூடிக்கொண்டேன், என் இமைகளின் மீது மென்மையாக முத்தமிட்டான்.

"உனக்கு உறக்கம் வருகிறதா?" என, என் காதுகளுக்குள் கிசுகிசுத்தான்.

"ஆமாம்."

"அப்படியானால் என்னை அணைத்துக்கொண்டு உறங்கு."

"ஷரீபா என்ன சொல்வார்?"

"ஷரீபாவைப் பற்றி நீ அச்சப்படாதே."

"நீங்கள்? உங்களுக்கு அவரைக்கண்டு அச்சமில்லையா?"

மீண்டும் அவன் சின்னதாய் சிரித்தபடியே, "அவள்தான் என்னைப்பார்த்து அஞ்சுவாள்" என்றான்.

நான் ஆழ்ந்த உறக்கத்தில் இருந்தேன், அப்போது, ஷரீபாவின் அறையையும் என் அறையையும் பிரிக்கும் சுவரின் அந்தப்பக்கமிருந்து மெல்லிய பேச்சொலிகள் எழுவதை உணர்ந்து விழித்தெழுந்தேன். எனக்கு நன்கு பழக்கப்பட்ட குரலுக்கு உரியவனிடம் ஷரீபா பேசிக்கொண்டிருந்தார்.

"அவளை என்னிடமிருந்து பிரித்தெடுத்துச் செல்லப் போகிறாயா?"

"நான் அவளை மணம்முடிக்கப் போகிறேன், ஷரீபா."

"நீ செய்யமாட்டாய். நீ திருமணம் செய்து கொள்ளமாட்டாய்."

"அதெல்லாம் முடிந்துபோன கதை. இப்போது எனக்கு வயதாகிவிட்டது, எனக்கென ஒரு மகன் வேண்டும்."

"அதாவது, உன் சொத்துக்கு வாரிசு வேண்டுமோ?"

"என்னைக் கிண்டல் செய்யாதே ஷரீபா. நான் நினைத்திருந்தால் இந்நேரத்திற்கு கோடீஸ்வரன் ஆகியிருப்பேன். ஆனால் சுகங்களை அனுபவிப்பதற்காகவே வாழ்பவன் நான். நான் சம்பாதிப்பதே செலவு செய்வதற்குத்தான். எக்காலத்திலும் பணத்திற்கோ அல்லது காதலுக்கோ நான் அடிமையாகவே மாட்டேன்."

"அவளை நீ காதலிக்கிறாயா, பவ்சி?"

"எந்தவொரு பெண்ணையும் காதலிக்கத் தகுதியானவனா நான்? காதலிக்கும் திறனை நான் இழந்துவிட்டதாக நீயேகூட ஒருமுறை கூறியுள்ளாயே."

"நீ காதலிக்கவும் மாட்டாய், கல்யாணம் செய்துகொள்ளவும் மாட்டாய். என்னிடமிருந்து கமேலியாவை பறித்துச் சென்றதைப் போலவே, இவளையும் கவர்ந்து செல்லப் பார்க்கிறாய். அப்படித்தானே!"

"கமேலியாதான் என்னுடன் வந்துவிட்டாள்."

"அவள் உன்னைக் காதலித்தாள் அல்லவா?"

"பெண்கள் பலரும் என்னைக் காதலிக்கிறார்கள். அது என் தவறா என்ன?"

"உன்னைக் காதலிக்கும் பெண் துர்பாக்கியவதி, பவ்சி."

"நானாக மனமுவந்து அவளைக் காதலிக்கவில்லை என்றால்தான் அப்பெண் துர்ப்பாக்கியவதி ஆவாள்."

"உன்னால்கூட ஒரு பெண்ணைக் காதலிக்க முடியுமா என்ன?"

"எப்போதேனும் அதுவும் நிகழும்."

"என்னை நீ காதலித்திருக்கிறாயா?"

"முடிந்துபோன அந்த விஷயத்தை மீண்டும் கிளறப்போகிறாயா என்ன? உனக்கே தெரியும், வீணாக்குமளவு இப்போது என்னிடம் நேரமில்லை, பிர்தவ்ஸை என்னுடன் அழைத்துச் செல்லப் போகிறேன்."

"முடியாது. நீ அவளை அழைத்துச் செல்லக் கூடாது."

"நான் அவளை அழைத்துச் செல்லத்தான் போகிறேன்."

"என்னை பயமுறுத்திகிறாயா, பவ்சி? இனிமேலும் உன் அச்சுறுத்தலுக்கு நான் அடிபணியப் போவதில்லை. உன்னால் என்னைக் காவல்துறையினரிடம் பிடித்துக் கொடுக்க முடியாது. உன்னைவிடவும் அதிகமான நண்பர்களையும், தொடர்புகளையும் காவல்துறையினரிடம் நான் இப்போது கொண்டுள்ளேன்."

"காவலர்களின் உதவியை நாடுபவனா நான்? பலவீனமானவன்தான் அவ்வாறு செய்வான். நான் அத்தனைப் பலவீனமானவன் என்றா நீ நினைத்துக் கொண்டிருக்கிறாய், ஷரீபா?"

"இதற்கு என்ன அர்த்தம்?"

"நான் சொல்வதின் அர்த்தத்தை நீயே அறிவாய்."

"என்னை நீ அடிக்கப் போகிறாயா?"

"நீண்டநாட்களாக நான் உன்னை அடிக்கவில்லை. எனவே, என்னிடமிருந்து பலத்த அடிகளை வேண்டி நீ ஏங்குவதைப்போலத் தெரிகிறது."

"நீ என்னை அடித்தால் நானும் உன்னைத் திருப்பி அடிப்பேன் பவ்சி."

"நல்லது. நம் இருவரில் யார் பலசாலி எனப் பார்த்துவிடுவோம்."

"என்மீது உன் விரல் பட்டாலும்கூட, ஷவ்கியை ஏவி உன்னைத் தாக்குவேன்."

"யாரிந்த ஷவ்கி? மற்றொரு ஆணுடனும் நீ தொடர்பில் இருக்கிறாயா என்ன? வேறொருவனைக் காதலிக்கிறாயா? உனக்கு அவ்வளவு தைரியமா?"

இதற்கு ஷரீபா அளித்த பதில் எனக்குச் சரியாகக் கேட்கவில்லை. ஒருவேளை, அவர் மிக மெல்லிய குரலில் பதிலளித்திருக்கக்கூடும் அல்லது அவர் எதையும் மேற்கொண்டு சொல்லமுடியாதபடி அவர் வாயை பவ்சி தன் கையால் பொத்தியிருந்திருக்கலாம். ஏனெனில், எவருடைய வாயையோ பொத்தும் ஓசை எனக்கு முதலில் கேட்டது. தொடர்ந்து யாருடைய கையோ முகத்தைத் தட்டும் ஓசையும் கேட்டது. பிறகு தொடர்ச்சியாக முணுமுணுக்கும் ஒலிகள் எழுந்தன. அந்த ஓசைகளெல்லாம் முகத்தில் மென்மையாகத் தட்டியதால் எழும்பினவா அல்லது வன்மையாக முத்தங்களிட்டதால் எழும்பினவா என என்னால் பிரித்தறிய முடியவில்லை. ஆனால் சிறிது நேரங்கழித்து,

"வேண்டாம் பவ்சி, வேண்டாம்!" என ஷரீபா எதிர்ப்புத் தெரிவிப்பது எனக்குக் கேட்டது.

அவனுடைய குரலோ ஆத்திரத்துடன், "வேண்டாமா, என்ன வேண்டாம் வேசியே!" என ஒலித்தது.

அவர்களின் படுக்கை கிறீச்சிட்டது. மீண்டும் அதே எதிர்க்கும் தொனியுடன் ஷரீபாவின் தொடர்ச்சியான திணறல் ஒலிகளையும் நான் கேட்டேன்.

"வேண்டாம், பவ்சி. நபிகளின் பெயரால் சொல்கிறேன். நீ இதைச் செய்யக்கூடாது, செய்யக்கூடாது!"

எங்களுக்கிடையே இருந்த சுவரின்வழியாக, மீண்டும் அவனது ஆத்திரக்குரல் ஒலித்தது, “இதென்ன தொல்லை உன்னுடன், பெண்ணே! எது வேண்டாம், எந்த நபிகள்? யாரிந்த ஷவ்கி? அவன் குரல்வளையை அறுத்துவிடுவேன் பார்த்துக்கொள்!”

அவர்கள் ஒருவரையொருவர் அணைத்துக் கொண்டனர், கட்டிப்பிடித்துப் புரண்டனர், அவர்களின் உடல்களின் பாரம் தாளாது கட்டில் மேலும் அதிகமாகக் கிறீச்சிட்டது, அவர்களின் உடல்கள் ஒன்றோடொன்று கூடிப் பிரிந்தன, வெகுவிரைவிலேயே அவர்களின் இயக்கம் வெறிகொண்டாற்போல மாறியது, ஓடிக்களைத்த காட்டு மிருகமொன்று மூச்சிரைப்பதைப்போல கட்டில் பலமாக அதிர்ந்தது. கட்டில் இருந்த தரையும்கூட அதிர்வுகளுடன் மூச்சிரைப்பதாகத் தோன்றியது. பிறகு சுவரும் அதிர்ந்தது. நான் படுத்திருந்த படுக்கையும்கூட அந்த மூர்க்க அசைவுகளுடன் ஒத்திசைத்து அதிரத் துவங்கியது.

அந்த வெறித்தனமான அதிர்வுகள் என் தலைக்குள் சென்றன. திடீரென உறக்கத்திலிருந்து விழித்து, என்னைச் சுற்றி நடப்பவைகளை நான் காண்பதைப் போலிருந்தது. கனவுபோலிருந்த பனிப்படலத்துக்குள் இருந்து துலங்கிவந்தான் பவ்சி, அவனது வார்த்தைகள் என் காதுகளுக்குள் மீண்டும் எதிரொலித்தன:

“ஷரீபா, உன்னை ஏமாற்றுகிறாள். உன்னை வைத்து அவள் பணம் சம்பாதிக்கிறாள்.”

தொடர்ந்து ஷரீபாவின் குரலும் எனக்குள் ஒலித்தது:

“பவ்சி, நீ என்னை அடித்தால், நானும் உன்னைத் திருப்பி அடிப்பேன்.”

என் விழிகளைத் திறந்தேன். நான் படுத்துக் கிடந்தேன், என்னருகில் எந்த ஆணும் படுத்திருக்கவில்லை, எவருமற்று அறை இருளாக இருந்தது. ஓசையெழுப்பாமல் நடந்து ஷரீபாவின் அறைக்குச் சென்று எட்டிப்பார்த்தேன். அங்கு பவ்சியுடன், ஷரீபா நிர்வாணமாகப் படுத்துக்கிடப்பதைக் கண்டேன். மீண்டும் ஓசைப்படாமல் என் அறைக்கே திரும்பிவந்தேன், கைகளில் முதலில் சிக்கிய உடையை அணிந்து கொண்டேன், எனது சிறிய பையை எடுத்துக் கொண்டேன், படிகளில் பாய்ந்தோடி தெருவில் இறங்கி ஓடினேன்.

இரவு நேரம், நிலவு இல்லாததால் இருள் மேலும் அடர்த்தியாக இருந்தது. கடும்குளிர் நிறைந்த கூதிர்கால இரவு, சாலைகள் வெறிச்சோடிக் கிடந்தன, மெல்லிய குளிர்க்காற்றுகூட புகுந்திடாவண்ணம் அனைத்து வீடுகளின் ஜன்னல்களும் கதவுகளும் இறுக்கமாகத் தாளிடப்பட்டிருந்தன. கண்ணாடிபோன்ற மெல்லிய ஆடையொன்றை அணிந்து அந்த இருளில் நான் நடந்துசென்றேன். ஆனால் குளிர் எனக்கு உறைக்கவேயில்லை. என்னைச் சுற்றிலும் இருள் கவிந்திருந்தது, எங்கு செல்வது எனவும் தெரியவில்லை, ஆனால் அதற்காய் நான் அச்சப்படவுமில்லை. இந்த சாலையில் இருக்கும் எதனாலும் இனிமேல் என்னை அச்சுறுத்த முடியாது, இந்தக் குளிர்க்காற்றினாலும்கூட இனி என்னுடலுக்குள் ஊடுருவ முடியாது. என்னுடல் மாற்றமடைந்துவிட்டதா என்ன? வேறொரு பெண் உடலுக்குள் நான் புகுந்து விட்டேனா? எனக்குச் சொந்தமான, என்னுடைய உண்மையான உடல் எங்கே தொலைந்துபோனது?

எனது கை விரல்களை ஆராய்ந்தேன். இவை என்னுடைய விரல்கள்தாம், அவை மாறவில்லை. நீண்ட மெல்லிய விரல்கள். இதுபோன்ற விரல்களை இதற்குமுன்னர் நான் கண்டதேயில்லையென ஒரு ஆண் என்னிடம் கூறினான். அவை வலிமையுடனும், புத்திக்கூர்மையுடனும் இருப்பதாகக் கூறினான். அவற்றுக்கென பிரத்யேகமாக ஒரு மொழி உள்ளது என்றான். அவற்றை அவன் முத்தமிடும் போதெல்லாம் அவனிடம் அவ்விரல்கள் பேசும் ஒலியை அவனால் கேட்கமுடிகிறது என்றான். சிரித்துக்கொண்டே, என் காதருகே என் விரல்களைக் கொண்டு சென்றேன், ஆனால் அவற்றிலிருந்து எனக்கு எந்த ஒலியும் கேட்கவில்லை. நான் மீண்டும் சிரித்தேன், என் சிரிப்பொலி என் காதுகளில் எதிரொலித்தது. அமைதியான அந்த இரவில் என் சிரிப்பொலியைக் கேட்டு நானே திகைத்துப்போனேன். நான் இப்படி தனியாகச் சிரித்துக்கொண்டிருப்பதைக் கண்டு, எவரேனும் என்னை அப்பசேயா மனநல மருத்துவமனைக்குத் தூக்கிச் சென்றுவிடுவார்களோ எனும் அச்சத்தில் எச்சரிக்கையுணர்வுடன் நான் சுற்றும்முற்றும் பார்த்தேன். முதலில் என்னால் எதையும் பார்க்க முடியவில்லை, ஆனால் சில நொடிகள் கழித்து இருளிலிருந்து ஒரு காவலர் என்னை நோக்கி வருவதைக்

கண்டேன். நேராக என்னைநோக்கி வந்தவர், என் கரத்தைப் பற்றி "எங்கே செல்கிறாய்?" எனக் கேட்டார்.

"தெரியவில்லை."

"என்னுடன் வருகிறாயா?"

"எங்கே?"

"என் வீட்டிற்கு"

"முடியாது, இனிமேலும் நான் ஆண்களை நம்பப் போவதில்லை."

என் சிறிய பையைத் திறந்து, எனது மேல்நிலைக்கல்விச் சான்றிதழை எடுத்து அவரிடம் காட்டினேன். எனது மேல்நிலைக்கல்வி அல்லது தொடக்கநிலைக்கல்விச் சான்றிதழ்களை வைத்து எனக்கொரு வேலையைத் தேடிக்கொள்ளப் போகிறேன் என அவரிடம் கூறினேன். எந்த வேலை கிடைத்தாலும் அதைச் செய்வதற்கு நான் தயாராக இருந்தேன்.

"நான் உனக்குப் பணம் தருகிறேன். இலவசமாக உன்னை அனுபவித்துவிடுவேன் என எண்ணாதே, நான் மற்ற காவலர்களைப்போலல்ல. உனக்கு எவ்வளவு பணம் வேண்டும்?" எனக் கேட்டார்.

"எனக்கு எவ்வளவு வேண்டுமா? தெரியவில்லையே."

"என்னோடு விளையாடாதே, என்னிடம் பேரம்பேசவும் முயலாதே, அப்படிச் செய்தால் உன்னைக் காவல் நிலையத்திற்கு அழைத்துச் சென்றுவிடுவேன்."

"ஏன்? நான் எந்தத் தவறும் செய்யவில்லையே."

"நீயொரு விபச்சாரி, உன்னையும் உன்னைப் போன்றோரையும் கைது செய்வதுதான் என் கடமை. உன்னைப் போன்றோரிடமிருந்து மரியாதைமிக்க குடும்பங்களைக் காப்பாற்றி, நாட்டைத் தூய்மையாக்குவதே என் பணி. ஆனால் இப்போது நான், எனது அதிகாரத்தைப் பயன்படுத்த விரும்பவில்லை. எந்தவிதமான அமளியும் செய்யமாட்டாயெனில் நாம் சுமுகமாக இந்த விஷயத்தை முடித்துக்கொள்ளலாம். நான் உனக்கு ஒரு முழு பவுண்டை தருகிறேன். என்ன சொல்கிறாய்?"

என்னைப் பற்றியிருந்த அவரது கையை உதறிவிட முயன்றேன், ஆனால் என் கையை இறுகப்பிடித்து நடக்கத்

துவங்கினார். இருண்ட குறுகிய சந்துகள்வழியாக என்னை இழுத்துச் சென்றவர், மரக்கதவொன்றைத் திறந்து ஒரு அறைக்குள் கூட்டிச் சென்றார், அங்கிருந்த படுக்கையில் என்னைப் படுக்கவைத்தார். தனது ஆடைகளைக் களைந்தார், எனது கண்களை மூடிக்கொண்டேன், எனக்குப் பழக்கமான உடல்பாரம் என்னை அழுத்தியது, அழுக்குநிறைந்த கருநிற நகங்களை உடைய விரல்கள் என் உடல் முழுவதும் ஊர்ந்துசென்ற அதே வழக்கமான பயணம். மூச்சிரைப்புகள், வீச்சமடிக்கும் பிசுபிசுப்பான வியர்வை, படுக்கை அதிர்வுகளைத் தொடர்ந்து தரை, சுவர்கள் எல்லாம் அதிர, இந்த உலகமே சுற்றிச் சுழல்வதைப்போல் தோன்றியது. கண்களைத் திறந்தேன், படுக்கையிலிருந்து எழுந்து என் உடையை அணிந்துகொண்டேன். மிகவும் களைத்துப் போயிருந்தேன். எனவே, என் தலையை கதவின்மீது சிறிதுநேரம் சாய்த்து ஓய்வெடுத்தேன். என் பின்னாலிருந்து காவலரின் குரல் எழுந்தது:

"எதற்காகக் காத்திருக்கிறாய்? என்னிடம் இப்போது பணமில்லை, அடுத்தமுறை தருகிறேன், போ."

குறுகிய தெருக்களின்வழியாக நடந்தேன். இரவு குளிர்ந்திருந்தது. இப்போது மழையும் பெய்யத் துவங்கியிருந்தது, புழுதிபடிந்த தெருக்களை மழை சகதியாக்கியது. வீடுகளின் முன்னால் குப்பைகள் குவித்துவைக்கப்பட்டிருந்தன, அனைத்துப் பக்கங்களில் இருந்தும் அழுகிய நெடி எழுந்து என்னைச் சூழ்ந்து அமிழ்த்தியது. நான், என் நடையில் வேகத்தைக் கூட்டினேன். குறுகிய சந்துகளில் இருந்தும், வளைந்து நெளிந்த தெருக்களில் இருந்தும் விலகி, என் காலணிகள் சகதிக்குள் சிக்கிக்கொள்ளமுடியாத தார்ச்சாலையை நோக்கி வேகமாக நடந்தேன்.

முக்கியச் சாலைகளில் ஒன்றை நான் அடைந்த போதும்கூட மழை பொழிந்து கொண்டிருந்தது. அங்கிருந்த பேருந்து நிறுத்தம் ஒன்றினுள் தஞ்சம் அடைந்தேன். எனது பைக்குள் இருந்து கைக்குட்டை ஒன்றை எடுத்து, எனது முகம், கேசம், கண்களைத் துடைத்துக்கொண்டேன். அச்சமயம், வெண்ணிற ஒளி என் விழிகளின் மீது விழுந்தது, என் கைக்குட்டையின் வெண்ணிறம்தான் அதுவென முதலில் எண்ணினேன். ஆனால் என் முகத்தில் இருந்து கைக்குட்டையை எடுத்தபிறகும்கூட அந்த ஒளி பிரகாசமாக மின்னியது. அது

பேருந்தொன்றின் முகப்புவிளக்குகளின் வெளிச்சம்போலத் தோன்றியது. அந்த நாள் விடிந்துவிட்டதுபோலும். அதனாலேதான் பேருந்துகளை இயக்கத் துவங்கிவிட்டனர் என எண்ணினேன். ஆனால், அது பேருந்து அல்ல, என்னெதிரில் ஒரு கார் நின்றிருந்தது. அதன் முகப்புவிளக்குகளின் ஒளி முழுவதும் என் முகத்தின்மீது விழுந்தது. காரிலிருந்து இறங்கிய மனிதர், காரைச் சுற்றி வந்து, என் பக்கமிருந்த கார் கதவைத் திறந்தார். லேசாகக் குனிந்து, மிகுந்த மரியாதையுடன்,

"மழையில் நனையாதீர்கள், தயவுசெய்து காருக்குள் ஏறுங்கள்" என்றார்.

மழையில் நனைந்து நான் குளிரில் நின்று கொண்டிருந்தேன், என்னுடைய மெல்லிய ஆடை எனது உடலோடு ஒட்டிக்கொண்டிருந்தது. என் உடைக்குள்ளிருந்து என் முலைகள் வெளிப்படையாகத் தெரிந்தன. முலைக்காம்புகள் இரு கருநிற வட்டங்களாகக் துருத்திக்கொண்டு நின்றன. காருக்குள் ஏற அவர் எனக்கு உதவியபோது, தன் கரத்தால் என் முலைகளை அழுத்தினார்.

அவருடைய இல்லம் கதகதப்பாக இருந்தது. எனது உடைகளையும் சேறுபடிந்த காலணிகளையும் கழற்றினார். சுடுநீரும் சோப்பும் போட்டு என்னுடலைக் கழுவி விட்டார். பிறகு என்னை தன் படுக்கைக்குத் தூக்கிச் சென்றார். எனது விழிகளை மூடிக்கொண்டேன். அவரது உடலின் எடை என் மார்புகளின்மீதும், அடிவயிறுமீதும் அழுந்துவதை உணர்ந்தேன். அவர் விரல்கள் என் மேனியெங்கும் பயணித்தன. ஆனால், அவர் நகங்கள் சுத்தமாகப் பராமரிக்கப்பட்டிருந்தன. அவர் சுவாசமும் மணம் வீசியது. அவர்மீது வழிந்த வியர்வை பிசுபிசுப்பாக இருந்தபோதும், அது புத்துணர்வுடன் இருந்தது.

விழித்துப் பார்த்தபோது, என்மீது சூரிய ஒளி படர்ந்திருந்தது. எங்கிருக்கிறேன் எனத் தெரியாமல் சிறிதுநேரம் விழித்தேன். நேர்த்தியான படுக்கையறையொன்றில் நான் படுத்திருக்க, என்னருகில் யாரோ ஒரு அந்நியர் நின்றிருந்தார். நான் துள்ளியெழுந்தேன், என் உடைகளையும் காலணிகளையும் அணிந்துகொண்டேன். எனது சிறிய பையை எடுத்துக்கொண்டு வாசலை நோக்கி நடந்தேன். அப்போது அவர், தன் கையிலிருந்த பத்து பவுண்ட் பணத்தாளை என் கைகளில் திணித்தார்.

எனது கண்ணை மறைத்திருந்த திரையொன்றை அவர் திறந்ததைப்போல இருந்தது, இப்போதுதான் நான் முதன்முறையாக உலகைப் பார்ப்பதுபோல் தோன்றியது. அந்தப் பத்து பவுண்ட் பணத்தாளை நான் இறுகப் பற்றிக்கொண்டேன். புதிரொன்று துரிதகதியில் விடுவிக்கப்பட்டதைப்போலவும், சிறுவயதில் முதன்முறையாக எனக்கென, என் தந்தை தந்த ஒரு பியாஸ்தர் நாணயத்தை என் கைகளில் ஏந்திய நாள்தொடங்கியே, நான் உணர்ந்துவிட்டிருந்த உண்மையொன்றை வெளிப்படுத்தி இதுகாறும் அதை மறைத்திருந்த மூடாக்கு அதிரடியாகக் கிழிபட்டாற்போலவும் இருந்தது. என் தந்தை எனக்குப் பணம் தரவேமாட்டார். நான் வயல்களில் உழைத்திருக்கிறேன், வீட்டு வேலைகள் செய்திருக்கிறேன், எனது தந்தை மீதம்வைத்த உணவை என் தாயுடன் சேர்ந்து உண்டிருக்கிறேன். அவர் உணவை மீதம்வைக்காத நாட்களிலெல்லாம், நான் பசியுடனேயே உறங்கச் சென்றிருக்கிறேன். பக்ரீத் அன்று, இனிப்புக் கடையிலிருந்து சிறுவர்கள் மிட்டாய்கள் வாங்குவதைக் கண்டேன். நானும் எனது அம்மாவிடம் சென்று, "மிட்டாய் வாங்க எனக்கு ஒரு பியாஸ்தர் கொடுங்கள்" என வேண்டி அழுதேன்.

"என்னிடம் பியாஸ்தர்கள் ஏதுமில்லை. உனது தந்தையிடம்தான் பியாஸ்தர்கள் உள்ளன" என, என் தாய் பதிலளித்தார்.

எனவே, என் தந்தையை தேடிச்சென்று அவரிடம் பியாஸ்தர் கேட்டேன். உடனே அவர் எனது கையில் சுளீரென அடித்துவிட்டு, "என்னிடம் பியாஸ்தர்கள் ஏதுமில்லை" எனக் கத்தினார்.

ஆனால் சிலநொடிகள் கழித்து, அவர் என்னை அழைத்து, "நமது எருமைமாடு இறப்பதற்குமுன்னரே அதை நான் விற்றுவிட வேண்டும், அதற்கு அல்லா பெருந்தன்மையுடன் துணைபுரிந்தாரெனில் நான் உனக்கு ஒரு பியாஸ்தர் தருகிறேன்" என்றார்.

அந்த எருமைமாட்டின் சாவைத் தள்ளிப் போடும்படி, அவர் அல்லாவை தொழுவதையும் வேண்டிக்கொள்வதையும் கண்டேன். ஆனால் யாரால்தான் என்ன செய்யமுடியும், எருமை இறந்துவிட்டது. பக்ரீத் பெருநாள் முழுவதுமே என் தந்தை தொழுகையும் பிரார்த்தனையும் செய்யவில்லை. அதுகுறித்து என் தாய்

ஏதாவது கூறினாலோ, என் தந்தை துள்ளியெழுந்து என் தாயை அடித்தார். அதன்பிறகு அவரிடம் பியாஸ்தர் கேட்பதை நான் தவிர்த்துவிட்டேன். ஆனால் பின்னர்வந்த ரமலான் பண்டிகையின்போது இனிப்புக்கடையில் மிட்டாய்கள் குவித்துவைக்கப்பட்டிருப்பதைக் கண்டதும், மீண்டும் என் தந்தையிடம் சென்று,

"எனக்கொரு பியாஸ்தர் தாருங்கள்" என்றேன்.

இம்முறை அவர், "காலையிலேயே வந்து பியாஸ்தர் கேட்கிறாயா? செல், சென்று தொழுவத்தைக் கூட்டிப் பெருக்கிச் சுத்தம்செய்து, அந்த எருவை அள்ளிக் கழுதையின் முதுகில்வைத்து அதை வயல்வெளிகளுக்கு ஓட்டிச்செல். இதையெல்லாம் நீ செய்தால், இந்த நாளின் முடிவில் உனக்கு நான் ஒரு பியாஸ்தர் தருவேன்" என்றார்.

சொன்னதுபோலவே, அந்த நாளின் இறுதியில் நான் வயல்வெளிகளில் இருந்து வீட்டிற்குத் திரும்பியதுமே அவர், எனக்கு ஒரு பியாஸ்தர் கொடுத்தார். இதுதான் அவர் எனக்குக் கொடுத்த முதல் பியாஸ்தர். எனக்கே எனக்காகக் கிடைத்த முதல் பியாஸ்தர் என்பதால் என் உள்ளங்கையில் வைத்து, விரல்களால் அழுந்த மூடிக்கொண்டேன். இந்த பியாஸ்தர் எனது தந்தையுடையதோ அல்லது தாயுடையதோ அல்ல, என்னுடையது மட்டுமே; இதைக் கொண்டு எனக்கு விரும்பியதைச் செய்வேன். இனிப்புகளோ, கரோப்பு விதைகளோ, வெல்லக்குச்சி மிட்டாய்களோ அல்லது நான் விரும்பிய எதை வேண்டுமாயினும் வாங்கி உண்பேன்.

அன்று சூரியன் பிரகாசமாக ஒளிர்ந்தது. நான் வேகமாக, சுறுசுறுப்பாக நடந்தேன், எனது வலது கைவிரல்களுக்கு இடையே விலைமதிப்புள்ள ஒன்று இருந்தது, இம்முறை இருந்தது பியாஸ்தர் அல்ல, ஒரு முழு பத்து பவுண்ட் பணத்தாள். இத்தனைப் பெரிய மதிப்புடைய பணத்தை நான் பற்றியிருப்பது இதுவே முதன்முறையாகும். உண்மையில், பணத்தாளை நான் பற்றியிருப்பதே இதுவே முதன்முறை. அதன் ஸ்பரிசத்தின்மூலம் என்னுள் ஏதோவொன்று திடீரென குதித்துப் புகுந்து வலியுண்டாக்குமாறு என்னுடலை பலமாக உலுக்குவதைப்போலத் தோன்றியது. என்னுடலில் ஒருவித விசித்திர விறைப்புத்தன்மையையும், உள்ளார்ந்த சுருங்கும் உணர்வையும் உணர்ந்தேன். என் குடல்களுக்குள் புதைந்துகிடந்த காயத்தினுள் இருந்து எதுவோ துடிப்பதைப்போல உணர்ந்தேன்.

எனது முதுகுப்புறத் தசைகளை நீட்டி, உடலை நேராக்கி மூச்சை உள்ளிழுத்தபோதெல்லாம் அது வலித்தது. என் நரம்புகளில் குருதி வேகமாகப் பாய்வதைப்போல எனது அடிவயிறு வரையிலும் ஒரு நடுக்கத்தை உணர்ந்தேன். எனது நெஞ்சிலிருந்து சூடான ரத்தம் என் கழுத்திற்கு பாய்ந்து, அங்கிருந்து என் தொண்டைக்கு ஏறியது, அதுவே தொடர்ந்து இளஞ்சூடான அடர்த்தியான எச்சிலாக மாறியது. இன்பத்தின் மணத்தையும் கலந்து, அதீத திடத்துடன், அதீத எரிச்சலுடன் கூடிய கசப்புச்சுவையுடன் அந்த எச்சில் சுரந்தது.

தகதகவென எரியும் நெருப்புத்தழலில் கோழி இறைச்சி வறுபடுவதை, உணவுவிடுதியின் கண்ணாடித் தடுப்பொன்றின்வழியாக வாயில் எச்சிலூறப் பார்த்தேன். இரும்பு முட்கரண்டியின்மீது செருகிவைக்கப்பட்டிருந்த இறைச்சி, தீப்பிழம்புகளின்மேல் உருட்டப்படுவதையே வெறித்துப் பார்த்தேன். ஜன்னலின் அருகே சூரியஒளி பரவலாய் விழுந்திருந்த ஒரு மேஜையைத் தேர்ந்தெடுத்து அமர்ந்தேன். நன்கு கொழுத்த, வறுத்த கோழிவறுவலை கொண்டுவரச் சொன்னேன். அந்தக் கோழிவறுவலை மெதுவாக, மிகமெதுவாக உண்ணத் துவங்கினேன். அதன் ஒவ்வொரு இறைச்சித்துண்டையும் நிதானமாக மென்றேன், அதை விழுங்குவதற்குமுன் நீண்டநேரம் என் வாய்க்குள்ளேயே வைத்திருந்தேன். ஒரு குழந்தை, தன் வாய்க்குள்ளே இனிப்புப் பண்டங்களை திணித்துக்கொண்டிருப்பதைப்போல, என் வாய் நிறைந்திருந்தது. முதன்முதலாக எனக்குக் கிடைத்த பியாஸ்தரில் நான் வாங்கிய வெல்லக்குச்சி மிட்டாய்களின் இனிப்புச்சுவையைப் போன்றே விசித்திரமான, சக்திவாய்ந்த, கடுமையானதொரு சுவையையே இந்த உணவும் கொண்டிருந்தது. இத்தனைக்கும், நான் உண்ட முதல் குச்சிமிட்டாய் அதுவல்ல; அதற்குமுன்னரே பல குச்சிமிட்டாய்களை எனக்கு என் தாய் வாங்கித் தந்திருக்கிறார். எனினும், மிட்டாய்க் கடையில் குவித்துவைக்கப்பட்டிருந்த பல இனிப்புகளில் இருந்து நான் தேர்ந்தெடுத்த முதல் இனிப்பு அதுதான். என் சொந்தப் பணத்தில் நான் வாங்கிய முதல் தின்பண்டமும் அதுதான்.

மேஜைமீது குனிந்து உணவுத் தட்டுகளை என்முன்னே வைத்தான் பரிசாரகன். ஒரு தட்டு நிறைய உணவை என்முன்னே அவன் நீட்டியபோதும்கூட, அவன் விழிகள் வேறெங்கோ பார்த்தவண்ணம் இருந்தன, அவை என்

தட்டின்மீது உலாவவில்லை. என் தட்டின்மீது தனது பார்வை விழாமல் வேறுபக்கம் அவன் தன் பார்வையைத் திருப்பிக்கொண்டான். அவனது இந்தச் செயல் இத்தனை நாட்களும் என் கண்முன்னர் தொங்கிக்கொண்டிருந்த திரையொன்றை கிழித்தெறிந்தது, நான் எவ்வளவு உண்கிறேன் என்பதை இருவிழிகள் கவனிக்காமல், நான் உண்பது என் வாழ்வில் இதுவே முதன்முறை என்பதை உணர்ந்தேன். நான் பிறந்த நாள்முதலாய் அந்த விழிகள் என்னைப் பின்தொடர்ந்தன. அவ்விழிகள் அகலத்திறந்து வெறித்தபடி என் தட்டிலிருந்த ஒவ்வொரு உணவுக் கவளத்தையும் பின்தொடர்ந்தன.

ஒரேயொரு காகிதத் துண்டால் இத்தனை பெரிய மாற்றம் சாத்தியமாகுமா என்ன? நான் ஏன், இதை முன்னரே உணர்ந்துகொள்ளவில்லை? இத்தனை வருடங்களும் இதுகுறித்து நான் அறியாமல் இருந்தேனா? இல்லை. இதைப்பற்றி நீண்ட நெடுங்காலத்துக்குமுன்னரே நான் அறிந்திருக்கிறேன். நான் பிறந்து என் கண்களைத் திறந்து முதன்முறையாக என் தந்தையைப் பார்த்த நாளிலிருந்தே இதை நான் அறிந்திருக்கிறேன் என்பது, இப்போது எண்ணிப்பார்த்தால் புரிகிறது. இறுகமூடிய ஒரு முஷ்டியாகத்தான் என்னால் அவரை நினைவுகொள்ள முடிகிறது, அந்த முஷ்டியின் விரல்கள் இறுக்கமாக மூடி, உள்ளங்கைக்குள் எதையோ மூடிமறைத்திருந்தது. அவர் தன் விரல்களைத் திறந்ததேயில்லை, அப்படியே திறந்தாலும் பின்னே கைகளில் எதையோ மறைத்தே வைத்திருப்பார். பிரகாசமான நிறத்துடன், வட்ட வடிவில் அது இருந்தது. தனது பெரிய கரடுமுரடான விரல்களால் அதை மிக மென்மையாக அவர் கையாண்டார், வழவழக்கும் பாறையின்மீது அதை நழுவவிடுவார், அப்போது அந்த நாணயம் கிணுகிணுக்கும் ஓசையை எழுப்பும்.

சூரியஒளியிலேயே தொடர்ந்து அமர்ந்திருந்தேன். நான் உண்ட உணவிற்கு இன்னமும் பணம் கொடுக்கவில்லை. பத்து பவுண்ட் பணத்தாள் என் பைக்குள்ளேயே இருந்தது. அதை எடுப்பதற்காக என் பையைத் திறந்தேன். பரிசாரகன் என்னருகே வந்து பணிவுடன் குனிந்து, என் எச்சில் தட்டுகளைச் சேகரித்தான். அத்தனை நேரமும் அவன், என் பணப்பையையோ, பத்து பவுண்ட் பணத்தாளையோ பார்த்துவிடுவதைத் தவிர்க்கும்வண்ணம், தன் பார்வையை வேறுபக்கமாகவே திருப்பி வைத்திருந்தான். விழிகளின் இந்த அசைவுகளை, இமைகள் இவ்வாறு தாழ்வதை,

என் கைகளின்மீது படரும் இந்த நுட்பமான பார்வையை நான் முன்னரே கண்டிருக்கிறேன். இந்தப் பார்வை, என் கணவன் ஷேக் மகமதுவை எனக்கு நினைவுபடுத்தியது, அவர், தன் பாதிக்கண்களை மூடி முழந்தாளிட்டுப் பிரார்த்தனைகளில் ஈடுபட்டிருந்த சமயங்களிலும்கூட, அவ்வப்போது திருட்டுத்தனமாக என் உணவுத்தட்டின்மீது தன் பார்வையை வீசுவார்; இந்தப் பார்வை என் மாமாவை எனக்கு நினைவுபடுத்தியது, அவருடைய விழிகள் புத்தகத்தின் வரிகளை உற்றுப்பார்த்தபடியே இருக்க அவரது கையோ, பின்னாலிருந்து என் தொடைகளை தேடித் துழாவும். பரிசாரகன் என்னருகிலேயே நிமிர்ந்து நின்றுகொண்டிருந்தான். பாதிக்கண்களை மூடியபடி, திருட்டுத்தனமாக வேறுபக்கம் அவன் நோக்குவதும்கூட அதேபோன்ற பார்வையேதான். நான், எனது கையில் பத்துபவுண்ட் பணத்தாளை ஏந்திப் பிடித்தேன். அதை அவன் தனது ஓரக்கண்ணால் பார்த்தான், ஆனால் அவனது மறுகண்ணோ பெண்ணுடலின் விலக்கப்பட்ட, அந்தரங்கப் பாகங்களைப் பார்க்காமல் தவிர்ப்பதைப் போல வேறுபக்கம் நோக்கின. நான் வியப்பில் ஆழ்ந்துபோனேன். என் கையில் நான் ஏந்தியிருக்கும் இந்த பத்துபவுண்ட் பணத்தாளும்கூட, அடாதவழியில் கிடைக்கும் சுகத்தின்மூலம் கிடைக்கக்கூடியதொரு சிலிர்ப்புபோல அத்தனை கள்ளத்தனமானதும், விலக்கப்பட்டதுமா என்ன?

"பத்து பவுண்ட் பணத்தாள் விலக்கப்படவேண்டிய ஒன்றென யார் முடிவுசெய்தது?" என, அவனிடம் கேட்க நினைத்தேன். ஆனால் எனது வாயை இறுக மூடிக்கொண்டேன். ஏனெனில் அதற்கான பதிலை நீண்ட நெடுங்காலத்திற்குமுன்னரே, முதன்முதலாகப் பணம் கேட்டு தந்தை முன்பு என் கையை நீட்டியபொழுது, அவர் என் கையின்மேல் அடித்த நாளிலிருந்தே இந்தப் பதிலை நான் அறிந்தேயிருந்தேன். காலம் செல்லச்செல்ல இந்தப் பாடம் மீண்டும்மீண்டும் சொல்லப்படுகிறது. ஒருநாள் சந்தைப்பகுதியில் ஒரு பியாஸ்தரைத் தொலைத்துவிட்டு நான் வீடு திரும்பியபோது, என் தாய் அதற்காக என்னை அடித்தார். என் மாமா, எனக்கு அவ்வப்போது பணம் தருவார். ஆனால் அதுகுறித்து என் தாயிடம் நான் கூறக்கூடாது எனவும் என்னை எச்சரித்திருந்தார். என் மாமாவின் மனைவி, தன்னிடமிருந்த பியாஸ்தர்களை எண்ணிக் கொண்டிருக்கும்போது, திடீரென நான் அங்கு நுழைந்துவிட்டால் அவர் அந்தப் பணத்தை,

தன் ரவிக்கைக்குள் ஒளித்துக்கொள்வார். என் கணவர் தினந்தோறும் தன் பியாஸ்தர்களை எண்ணிப் பார்ப்பார். ஆனால் நான் வருவதைக் கண்டதும் அவற்றை எடுத்து உள்ளேவைத்துப் பூட்டிவிடுவார்.

ஷரீபாவும்கூட, தன்னிடமிருந்த பவுண்ட் பணத்தாள்களை எண்ணிக்கொண்டிருக்கும்போது எனது குரலைக் கேட்டதுமே, அவற்றை ஒரு இரகசிய இடத்தில் மறைத்து வைத்துவிடுவார். இப்படியாகவே பழக்கப்பட்டுப் போயிருந்ததாலேயே, யாரேனும் தம் பணத்தை எண்ணும்போதோ அல்லது தம் பைக்குள் இருந்து நாணயங்களை எடுக்கும்போதோகூட நான், எனது பார்வையை வேறுபக்கம் திருப்பிக்கொள்வேன். பணம் என்பது அவமானத்திற்குரிய ஒன்றுபோலவும், மறைத்துவைக்கப்பட வேண்டியதுபோலவும், என்னிடமிருந்து விலக்கிவைக்கப்பட வேண்டியதுமான பாவத்திற்குரிய ஒன்றுபோலவும் பணம் இருந்துவந்தது. ஆனால் அதே பணம், மற்றவர்களுக்கு மட்டும் சட்டப்படி அனுமதிக்கப்பட்டிருப்பதுபோலவும் தோன்றியது. இதையெல்லாம் முடிவுசெய்தவர் யார், யார் யாருக்கெல்லாம் பணம் அனுமதிக்கப்பட்ட ஒன்றாக இருக்கிறது, யார் யாருக்கெல்லாம் அதே பணம் விலக்கப்பட்டிருந்தது என்பதையெல்லாம் முடிவுசெய்தவர் யார் என, அந்தப் பரிசாரகனைக் கேட்க வேண்டுமென நினைத்தேன். ஆனால் எனது வாயை மேலும் இறுக்கமாக மூடிக்கொண்டு, அந்தக் கேள்விகளை விழுங்கிக் கொண்டேன். தனது கையை நீட்டி அந்தப் பணத்தாளை என்னிடமிருந்து அவன் பெற்றபோதுகூட அவனது தலை குனிந்தேயிருந்தது, அவனது கண்கள் வேறெங்கோ பார்த்துக் கொண்டிருந்தன.

அன்றிலிருந்து நான், எனது தலையைக் குனிந்துகொள்வதையோ அல்லது வேறெங்கோ வெறிப்பதையோ நிறுத்திக் கொண்டேன். எனது விழிகள் நேராகப் பார்த்திருந்தன, என் தலையை நிமிர்த்தி சாலைகளில் நடந்துசென்றேன். மனிதர்களின் விழிகளை நேராகப் பார்த்துப் பேசினேன், என் கண்ணெதிரில் எவரேனும் தம் பணத்தை எண்ணினால் அதை வைத்தகண் வாங்காமல் உற்றுப் பார்த்தேன். நான் தெருக்களில் நடந்தபடியே இருந்தேன். என்மீது வெயில் காய்ந்தது, சூரிய ஒளி என் மேலெல்லாம் வழிந்தோடியது. நல்ல உணவை உண்டதால் ஏற்பட்ட வெதுவெதுப்பை சுமந்துகொண்டு என் நரம்புகளுக்குள் இரத்தம் பாய்ந்தது.

பத்து பவுண்ட் பணத்தின் மீதம், என் பைக்குள்ளேயே இருந்தது. ஒரு குழந்தை, தனது பொம்மையை அக்குவேறு ஆணிவேறாகப் பிரித்துப்போட்டு, அப்பொம்மை செயல்படும்முறையை கண்டுபிடித்துவிட்ட மகிழ்ச்சியைப் போன்றதொரு பெருமகிழ்வுடன், அந்தக் கருத்த தார்ச்சாலையில் அழுத்தமான அடிகள்வைத்து நடந்தேன்.

ஒரு மனிதன் என்னருகில் வந்து என் காதுகளில் கிசுகிசுத்தான். அவனுடைய கண்களை நேராகப் பார்த்து, "முடியாது" என்றேன். மற்றுமொரு மனிதனும் என்னருகில் வந்து மிக ரகசியமாக எதையோ கூறினான். அவனை தலைமுதல் கால் வரை ஆராய்ந்தேன், பிறகு "முடியாது" என்றேன். "ஏன்" எனக் கேட்டான். "ஏனெனில் இங்கு நிறைய ஆண்கள் உள்ளனர், நான் யாருடன் செல்லவேண்டுமென்பதை நான்தான் தேர்வு செய்வேன்" என்றேன்.

"அப்படியானால், என்னை ஏன் தேர்வு செய்யவில்லை?" எனக் கேட்டான்.

"ஏனெனில், உன் விரல் நகங்கள் அழுக்காக உள்ளன, எனக்கு அவை சுத்தமாக இருக்கவேண்டும்."

மூன்றாமவன் ஒருவன் என்னருகில் வந்தான். அவன் அந்த ரகசிய வார்த்தையைக் கூறினான், மிகச் சமீபத்தில் நான் விடுவித்த அந்தப் புதிரின் விடையைக் கூறினான்.

"எவ்வளவு பணம் தருவாய்?"

"பத்து பவுண்டுகள்."

"இல்லை. இருபது வேண்டும்."

"உன் சித்தம் என் பாக்கியம்." என்றவன், அந்த நொடியே பணத்தைக் கொடுத்தான்.

எனது உடலும் நானும் எனக்கென சொந்தமாகியுள்ளன. அவற்றைக் கொண்டு என் விருப்பப்படி என்ன வேண்டுமாயினும் செய்வேன், இந்தச் சுதந்திரத்தை நான் அடைவதற்குள்தான் எத்தனை ஆண்டுகள் ஆகிவிட்டன? நான் பிறந்த நாள்முதலாய் என்னையும் என்னுடலையும் தங்களின் பிடிகளுக்குள் வைத்திருந்தோரிடமிருந்து என்னை நானே பிரித்துக்கொண்டுவர எத்தனை ஆண்டுகள் ஆகிவிட்டன? இப்போதோ, எனக்கு விருப்பமான உணவை நான் உண்டேன், எனக்குப் பிடித்த வீட்டில் வசித்தேன், ஏதேனும் ஒரு காரணத்திற்காக,

எனக்கொரு ஆணைப் பிடிக்கவில்லையென்றால் பாரபட்சமேதுமின்றி அவனை நிராகரித்தேன், சுத்தமாகப் பராமரிக்கப்பட்டிருந்த விரல் நகங்களைக் கொண்டிருந்தவன் எனும் அற்ப காரணத்திற்காகவும்கூட ஒரு ஆணை தேர்வுசெய்துகொள்வேன். பிரதான சாலையை பார்த்தபடியிருந்த எனக்கே எனக்கான ஒரு அடுக்ககக் குடியிருப்பில் வசிக்கவும், எனக்குப் பிடித்தமான உணவைச் சமைக்கவென ஒரு சமையற்காரனை நியமித்துக் கொள்ளவும், எனக்கு ஏற்ற நேரத்தில் எனது விருப்பங்களுக்கு ஏற்றவர்களுடன் எனது சந்திப்புகளை உருவாக்கிக் கொடுக்கவென ஒரு உதவியாளரைப் பணிக்கு அமர்த்திக் கொள்ளவும் என, நான் வாழ்வதற்கு கால் நூற்றாண்டுகள் செலவாகியுள்ளன. அதாவது, எனக்கு இப்போது இருபத்தைந்து வயது ஆகிறது. எனது வங்கிக் கணக்கில் பண இருப்பு ஏறியபடியே இருந்தது. நான் ஓய்வெடுக்கவும், நடைபயிலவும், சினிமாவுக்கோ, நாடகத்திற்கோ செல்லவும், செய்தித்தாள்களைப் படிக்கவும், எனது நட்புவேண்டி என்னை மொய்ப்பவர்களிலிருந்து நான் தேர்வுசெய்த ஒருசிலருடன் அரசியலை விவாதிக்கவும் இப்போது எனக்கு நிறைய நேரமிருந்தது.

எனது ஒரு நண்பனின் பெயர் தியா. பத்திரிகையாளனோ, எழுத்தாளனோ அல்லது அதுபோன்ற ஏதோ ஒன்றைச் செய்பவன் அவன். அவன் கலாச்சாரம் மிக்கவன் என்பதாலேயே மற்ற நண்பர்களைவிடவும் இவன்மீது எனக்கு அதிகப் பிடிப்பு இருந்தது. நான் எழுதப் படிக்கத் தொடங்கிய எனது பள்ளிப்பருவத்தில் இருந்தே எனக்கு கலாச்சாரத்தின்மீது விருப்பம் இருந்தது, இப்போது என்னால் சொந்தமாகப் புத்தகங்களை வாங்கமுடியும் என்பதாலேயே கலாச்சாரத்தின்மீது தற்சமயம் மேலும் விருப்பம் அதிகரித்திருந்தது. எனது வீட்டில் ஒரு பெரிய நூலகத்தை அமைத்திருந்தேன், எனது பெரும்பான்மை நேரத்தை அங்குதான் செலவழித்தேன். அதன் சுவர்களில் சில அற்புதமான ஓவியங்களை மாட்டிவைத்திருந்தேன், அவற்றின் இடையே எனது மேல்நிலைக்கல்விச் சான்றிதழையும் விலையுயர்ந்த சட்டகமிட்டு மாட்டிவைத்திருந்தேன். எனது நூலகத்தினுள் நுழைய எவருக்கும் அனுமதியில்லை. எனக்கே எனக்கான விஷேசமான அறை அது. எனது படுக்கையறையில்தான் நான் எனது விருந்தினரைச் சந்தித்தேன். முதன்முறையாக தியா, என் வீட்டுக்கு வந்திருந்தபோது, எனது

படுக்கையின்மீதிருந்த பூத்தையல் வேலைப்பாடுகள் நிறைந்த படுக்கைவிரிப்பை மாற்ற நான் சிறிது அவகாசம் எடுத்துக் கொண்டேன். அப்போது அவன்,

"கொஞ்சம் பொறு, நாம் சிறிது நேரம் பேசிக்கொண்டிருக்கலாம். மற்ற எவற்றையும்விட எனக்குப் பேசவே பிடிக்கும்" என்றான்.

படுக்கையைப் பார்த்தவாறு நான் நின்று கொண்டிருந்ததால், இந்த வார்த்தைகளைக் கூறியபொழுது அவன் முகத்தில் தோன்றிய உணர்வுகளை என்னால் பார்க்க முடியவில்லை. அவனது தொனி வித்தியாசமாக ஒலித்தது, இதுபோன்றதொரு தொனியை மற்ற ஆண்களின் குரல்களில் நான் கேட்டதேயில்லை.

நான் திரும்பிநின்று, அவன் முகத்தைப் பார்த்தேன். உடலைத் திருப்பி ஒரு ஆணின் முகத்தைப் பார்க்கும் பழக்கம் எனக்கு இருந்ததேயில்லை. அவனது அங்கங்கள் எதையும் பார்க்காமலேயே, பூத்தையல் செய்யப்பட்ட விரிப்பைப் படுக்கையிலிருந்து அகற்றுவேன். முழுநேரமும் என் கண்களை இறுக மூடியபடியே இருப்பேன், என்னுடல்மீது அத்தனைநேரம் அழுத்திய பாரம் விலகியதும்தான் நான் எனது விழிகளைத் திறப்பேன்.

திரும்பி நின்று, என் தலையைத் திருப்பி, அவனது முகத்தை நேருக்குநேராகப் பார்த்தேன். அவனது குரலைப்போலவே அவனது அங்கங்களும்கூட வித்தியாசமாக, முன்னர் நான் எங்கும் கண்டிராதவையாக இருந்தன. அவனது உடலுக்கு அவனது தலை மிகப் பெரியதாகத் தோன்றியது, அவனது முகத்தோடு ஒப்பிடுகையில், அவனது கண்கள் மிகச்சிறியதாக இருந்தன. அவனது நிறம் கருப்பு, ஆனால் அவனது கண்கள் கருப்பு நிறத்தில் இல்லை. அறையில் மின்சாரவிளக்கின் வெளிச்சம் குறைவாக இருந்ததால், அவனுடைய விழிகள் என்ன நிறத்தில் இருந்தன என்பதை என்னால் உறுதியாகக் கூறமுடியவில்லை. அவனுடைய முன்நெற்றி அகலமாகத் துவங்கி, சிறிய மூக்கில் வந்து முடிந்தது. அவனுடைய மேலுதட்டிற்கும் மூக்கிற்கும் இடைப்பட்ட இடம் சுத்தமாக மழிக்கப்பட்டிருந்தது, அவனுடைய பெரிய தலையில் மயிரின் அடர்த்தி குறைந்து காணப்பட்டது.

அவனுக்கு எந்த பதிலையும் கூறாமல் நான் பேசாமலேயே நின்றிருந்ததால், அவன் கூறியது என் காதில் விழவில்லை என நினைத்துவிட்டான்போலும். எனவே, "நாம் சிறிதுநேரம் பேசலாம். மற்ற எதையும்விட எனக்குப் பேசத்தான் பிடிக்கும்" என மீண்டும் கூறினான்.

"நாம் பேச மட்டுமே செய்தாலும்கூட, மற்றெல்லோரையும்போல நீயும் எனக்குப் பணம் கொடுத்துத்தான் ஆகவேண்டும். என்னுடன் நீ இருக்கப்போகும் நேர அவகாசத்திலும் எவ்வித மாற்றமும் இருக்காது. ஒவ்வொரு நிமிடமும் பணமாகவே கணக்கிடப்படும்."

"நான் ஏதோ மருத்துவமனையில் இருப்பதுபோல என்னை உணரச் செய்கிறாய். நீ ஏன், ஒரு விலைப்பட்டியலையும் உன் வரவேற்பறையில் மாட்டிவைக்கக்கூடாது? அவசர வருகைதரும் வாடிக்கையாளர்களையும் ஏற்றுக்கொள்கிறாயா என்ன?"

அவனுடைய பேச்சில் முரண்நகை ஒலித்தது, ஆனால் அதை நான் கண்டுகொள்ளாமல்,

"என் தொழிலைக் கிண்டல் செய்கிறாயா அல்லது மருத்துவத் தொழிலை கிண்டல் செய்கிறாயா?" எனக் கேட்டேன்.

"இரண்டையும்தான்" என்றான்.

"இரண்டு தொழிலும் ஒன்றா?"

"ஆமாம்... ஒரே ஒரு வித்தியாசம் இருக்கிறது, ஒரு மருத்துவர் தனது கடமையைச் செய்யும்போது அவருக்கு மரியாதை கிடைக்கிறது..."

"எனக்கு?" நான் வியந்தேன்.

"உனக்கு எவ்வித மரியாதையுமில்லை" எனப் பதிலளித்தான். "மரியாதையில்லை" எனும் வார்த்தை, என் காதுகளை அடையும் முன்னரே என் கைகள் தன்னிச்சையாக என் காதுகளை மூடிக்கொள்ள விரைந்தன. ஆனால் அதற்குமுன்னர் ஒரு குத்துவாளின் கூர்மையுடன் அந்த வார்த்தை என் தலைக்குள் இறங்கியது. அவன், தனது வாயை இறுக மூடிக்கொண்டான். ஒரு திடீர் அமைதி அறையைச் சூழ்ந்தது. ஆனாலும் அந்த வார்த்தைகள் தொடர்ந்து என் காதுகளுக்குள் எதிரொலித்தபடியே இருந்தன. ஏதோவொரு பருப்பொருள்போல, ஒரு

கத்தியின் கூர்முனைபோல, அந்த வார்த்தைகள் என் காதுகளையும், என் தலைக்குள் இருந்த எலும்புகளையும் அறுத்துக்கொண்டு சென்று, என் மூளைக்குள் புதைந்துவிட்டன.

அவனது குரலைக் கேட்காதிருப்பதற்காக, என் காதுகளை மூடுவதற்காய் விரைந்த என் கைகள் இப்போதும் உயர்ந்தேயிருந்தன. அவனது குரல் எனக்குக் கேட்கவில்லை. அவன் பேசியபோது, அவனது உதடுகளின் அசைவுகள்கூட கண்களுக்குப் புலப்படவில்லை. உதடுகளினிடையே இருந்து, தம் இஷ்டத்திற்கு வார்த்தைகள் வெளியேறிக் கொண்டிருந்ததைப்போல் தோன்றின. அந்த வார்த்தைகளுக்கென ஒரு தீர்க்கமான உருவம் இருந்ததைப் போல, என் காதுகளை நோக்கி அவை வருவதை என்னால் கண்கூடாகப் பார்க்கமுடிந்தது. அவன் குறிபார்த்து அவனது உதடுகளுக்குள் இருந்து என்மீது எறிந்த எச்சில் துளிகளைப்போல அந்த வார்த்தைகள் உருக்கொண்டிருந்தன.

அவனது உதடுகளை, என் உதடுகளோடு அவன் பொருத்த முயன்றபோதும்கூட, அவனது வார்த்தைகள் என் காதுகளுக்குள் ரீங்காரமிட்டபடியே இருந்தன. அவனைத் தள்ளிவிட்டேன்.

"எனது தொழில்தான் மரியாதையற்றது ஆயிற்றே. பின், ஏன் என்னிடம் வருகிறாய்?" எனக் கேட்டேன்.

அவன் என்னை வலுக்கட்டாயமாக அணைக்க முயன்றான். ஆனால் நான் அவனை தடுத்துவிட்டு கதவைத் திறந்துவைத்தேன், அவன் சட்டென வெளியேறிவிட்டான்.

தியா, என் வீட்டிலிருந்து வெளியேறிய பிறகும்கூட, அவன் கூறிய வார்த்தைகள் என் காதுகளை விட்டு வெளியேறவேயில்லை. கணநேரத்திற்குள் அந்த வார்த்தைகள் என்னுள் குடைந்து சென்று என் மனதைத் துளைத்துவிட்டன. இவ்வுலகத்தில் உள்ள எந்தவொரு சக்தியாலும் நான் இழந்த கணத்தைத் திருப்பித் தரமுடியாது. அந்தக் கணத்திற்கு முன்னர் வரை என் மனம் அமைதியாக, சலனமற்று இருந்தது. முன்னர், ஒவ்வொரு இரவும் என் தலையணைக்குள் தலையைப் புதைத்து, விடியும்வரை அயர்ந்து தூங்கினேன். ஆனால் இப்போதோ, கரையோர அலைகள் கொதிநீரைப் போல இரவும் பகலும் பொங்கி, நுரைத்து, குமிழியிட்டு

முன்னும்பின்னும் அலைவுறுவதைப்போல, இடையறாத அதிர்வுகளால் என் தலை அதிர்ந்தபடியே இருந்தது. சீற்றம்கொண்ட கடலின் உறுமல் போன்றதொரு ஒலி என் காதுகளிலிருந்து தலையணைக்கும், தலையணையிலிருந்து காதுக்கும் பயணித்தபடியிருந்தது. இரவும் பகலும் தொடர்ச்சியாக இது நிகழ்ந்தபடியே இருந்ததால், இந்தப் புயலில் சிக்கிக்கொண்டிருந்த எனக்கு, எது கடல்பொங்கும் ஒலி, எது காற்றுவீசும் ஒலி எனப் பிரித்தறிய முடியவில்லை. எனது இதயத்துடிப்புகள், வரிசையாக ஒலிக்கும் சுத்தியல் அடிகளைப்போல எனது மூளைக்குள் ஒலித்தன. ஒவ்வொருமுறை அவ்வாறு அடிக்கும்போதும் 'மரியாதையற்றவள், 'மரியாதையற்றவள்' எனும் வார்த்தை, எனது எலும்புகளுக்குள், என் எலும்புகளுக்கு வெளியே, எனது படுக்கையில், தெருக்களில், சுவர்களில் எல்லாம் எதிரொலித்தன. நான் எங்கு சென்றாலும், அந்த சுத்தியல் அடிகள் என் தலையில், என் முகத்தில், என்னுடலில், என் எலும்புகளில் விழுந்தன. நான் எங்கு சென்றாலும், அந்த வார்த்தைகள் எச்சில்துளிகள்போல என்மீது ஈரமாக, பிசுபிசுப்பாக ஒட்டிக்கொண்டன. என் காதுகளுக்குள் ரீங்காரிக்கும் அவமதிப்பின் எச்சில் துளிகள் போல, ஆணவம் மிக்க விழிகள் எனது நிர்வாண உடலின்மீது காறியுமிழ்ந்த எச்சில் துளிகள்போல, இதுநாள்வரை நான் கேட்டிருந்த அனைத்து வசைச்சொற்களும் உமிழ்ந்த எச்சில் துளிகள்போல, என்னை நிர்வாணமாக்கி, என் நிர்வாணத்தை ஆணவத்தின் நிதானத்துடன் ஆராய்ந்த திமிர்கொண்ட விழிகள் உமிழ்ந்த எச்சில் துளிகள்போல, எனது உடைகளை நான் அவிழ்த்தெறியும்போதெல்லாம் மதிப்பார்ந்த ஒரு முகமூடிக்குள் தனது வெறுப்பை மறைத்துக்கொண்டு, தன் பார்வையைத் திருப்பிக்கொண்ட மரியாதைமிக்க விழிகள் உமிழ்ந்த எச்சில் துளிகள்போல அந்த வார்த்தைகள் என்மேல் ஒட்டிக்கொண்டன.

ஒரு வரி, இரண்டே இரண்டு வார்த்தைகளைக் கொண்ட ஒரே ஒரு வரி, எனது முழு வாழ்வின்மீதும் பளீரிடும் ஒளிவெள்ளத்தைப் பாய்ச்சி, நான் என் வாழ்வை உள்ளது உள்ளவாறு காணச்செய்தது. என் கண்முன் கிடந்த திரையொன்று கிழித்தெறியப்பட்டது. அந்தத் திரையை விலக்கி, என் வாழ்வை முதன்முறையாகப் பார்க்கிறேன். நான் மரியாதைமிக்க பெண்மணி அல்ல. நான் முன்னரே அறிந்திருந்த ஒன்றான இச்செய்தி மிகப்புதிதாக இருந்தது. நான் இதுகுறித்து ஏதும் அறியாதவளாக இருந்திருக்கிறேன்.

இதை அறிந்துகொள்வதற்குமுன்னர்வரை, என்னால் நன்றாக உண்டு, நன்றாக உறங்கமுடிந்தது. தற்சமயம், நான் அறிந்துகொண்டிருக்கும் இந்த உண்மையை என் மனதுக்குள் இருந்து அழித்துவிட ஏதேனும் வழியுள்ளதா? உண்மையில், எனது தலைக்குள் கூர்கத்தியொன்றால் குத்திக் குடையும் வலியை இது தருகிறது. அது கத்திகூட இல்லை, இரண்டே இரண்டு வார்த்தைகளைக் கொண்ட ஒரு வரி, எனது இருகைகளாலும் காதுகளைப் பொத்தி நான் தவிர்க்கும்முன்னரே ஒரு அம்பைப் போல் என் மூளைக்குள் ஊடுருவிவிட்ட சிறு வரிதான் அது. மூளைக்குள் வளர்ந்துவிட்ட ஒரு கட்டியையோ அல்லது மூளைக்குள் பாய்ந்துவிட்ட ஒரு துப்பாக்கித் தோட்டாவையோ வெளியேற்றுவதுபோல இந்த வரியையும் என் மூளைக்குள் இருந்து பிடுங்கியெறிய முடியாதா?

அன்றைய இரவு, அந்த மனிதன் உச்சரித்த அந்த இரு வார்த்தைகளால் நான் மிகவும் பாதிக்கப்பட்டிருந்தேன். இந்த உலகிலுள்ள எதனாலும் என்னைத் தேற்றி பழையபடி மாற்ற முடியவில்லை. அந்த நொடியில் இருந்து, நான் வேறொரு பெண்ணாக மாறியிருந்தேன். எனது முந்தைய வாழ்க்கைமுறையைத் துறந்துவிட முடிவுசெய்தேன். எவ்விதமான சித்ரவதையும் இன்னல்களும் பட்டாலும்கூட, பசியும் குளிரும் கொடும் வறுமையும் வாட்டி வதைத்தாலும்கூட நான் பழைய வாழ்வை நோக்கித் திரும்பப் போவதில்லை. என்ன நடந்தாலும் சரி, என் உயிரே போனாலும் சரி, மதிப்புமிக்கதொரு பெண்ணாக நான் மாறப்போகிறேன். என்னுடல் முழுவதும் ஓடும் ஆணவம்மிக்க கண்களின் பார்வைகளுக்கும், தொடர்ந்து என் காதுகளில் விழும் அவமதிக்கும் வார்த்தைகளுக்கும் ஒரு முற்றுப்புள்ளி வைப்பதற்காய் நான் எதையும் செய்யத் தயாராகயிருந்தேன்.

என்னிடம், எனது மேல்நிலைக்கல்விச் சான்றிதழ், தகுதிச் சான்றிதழுடன் கௌரவமானதொரு வேலையைத் தேடிக்கொள்ளவேண்டுமென்ற தீர்க்கமான மனதும் இருந்தது. பிறரை நேருக்குநேராக கண்களைப் பார்த்துப் பேசும் பழக்கம் இருந்தது, என்மீது வீசப்பட்ட நேர்மையற்ற, காமம் மிகுந்த பார்வைகளை எதிர்கொள்ளவும் நான் தயாராகயிருந்தேன். விளம்பரங்களைக் கண்டு வேலைக்கு விண்ணப்பித்தேன். அனைத்து அமைச்சகங்களுக்கும், தொழிற்துறைகளுக்கும்,

நிறுவன அலுவலகங்களுக்கும் வேலைதேடிச் சென்றேன். இறுதியாக, என் கடும் முயற்சியின் பலனாக, ஒரு பெரிய தொழிற்துறையில் எனக்கொரு வேலை கிடைத்தது.

நிறுவனத் தலைவரின் விசாலமான அறைக்கும் நான் பணிபுரியும் அறைக்கும் இடையே ஒரு சிறுகதவு இருந்தது. அந்தக் கதவின்மேலே ஒரு சிவப்பு விளக்கும், அந்த விளக்கின் அருகே ஒரு அழைப்புமணியும் இருந்தது. மணியடிக்கும் ஓசை கேட்கும்போதெல்லாம் அந்தக் கதவைத் திறந்துகொண்டு நான் அவரின் அறைக்குள் நுழைவேன். தனது மேஜையின் மறுபக்கம் பருமனாக, வழுக்கைத்தலையுடன் இருந்த ஐம்பது வயது மதிக்கத்தக்க தலைவர் அமர்ந்திருப்பார். அவர் நாள்முழுவதும் புகைபிடித்தபடியே இருப்பார். அவர் வாயில் சில பற்களைக் காணவில்லை, மீதமிருந்த பற்களிலும் மஞ்சளும் கருப்புமாகக் கறைகள் படிந்திருந்தன. தான் பார்த்துக்கொண்டிருந்த கோப்புகளில் இருந்து தலையை உயர்த்தி அவர் என்னைப் பார்த்தார். அப்போதும் அவர் உதடுகளில் சிகரெட் ஒன்று ஊசலாடியபடியே இருந்தது. அவர் என்னிடம்,

"பெரிய மனிதர்களைத் தவிர வேறு எவரையும் நான் இன்று சந்திக்கப்போவதில்லை. புரிகிறதா?" என்றார்.

'பெரிய மனிதர்கள்' என, அவர் எவரையெல்லாம் குறிப்பிடுகிறார்? என நான் கேட்கும் முன்னரே, அவர் மீண்டும் தன் கோப்புகளின்மீது கவிழ்ந்துகொண்டார். மீண்டும் சிகரெட் புகை மேகம்போல் அவரைச் சூழ்ந்துகொண்டது.

அலுவலக வேலைநேரம் முடிந்ததும், எனது சிறிய பையை எடுத்துக்கொண்டு நான் வீட்டிற்கு கிளம்பிவிடுவேன். நான் இங்கு வீடு எனக் குறிப்பிடுவது தனி இல்லமோ அல்லது அடுக்குமாடி வீடோ அல்ல; கழிவறைகூட இல்லாத ஒரு சின்ன அறைதான் அது. ஒரு முதியவளிடமிருந்து அந்த அறையை நான் வாடகைக்கு எடுத்துக் கொண்டேன். தினமும் காலை எழுந்து, தன் தொழுகையை முடித்துவிட்டு அவர், என் அறையின் கதவைத் தட்டுவார். காலை எட்டு மணிக்குமுன்னதாக எனக்கு எந்த வேலையுமில்லை. எனினும் ஐந்து மணிக்கே எழுந்து, எனது துவாலையை எடுத்துக்கொண்டு கீழே செல்வேன். அங்கு குளியலறையின்முன் ஆணும் பெண்ணுமாய் நிற்கும் வரிசையில் சென்று நின்றுகொள்வேன். எனது சொற்ப சம்பளத்திற்கு இந்த

வீட்டைதான் என்னால் வாடகைக்கு எடுத்துக்கொள்ள முடிந்தது. இந்த வீடிருக்கும் குறுகிய சந்தின் இருபக்கங்களிலும், குழாய் சரிசெய்பவர்கள் மற்றும் கொல்லர்களின் சிறுசிறு கடைகள் இருந்தன. வளைந்து நெளிந்து செல்லும் குறுகிய சந்துகளின்வழியாக நடந்து, பிரதான சாலையை அடைந்து, அங்கிருக்கும் பேருந்து நிறுத்தத்திற்கு வந்து நிற்பேன். பேருந்து வந்ததுமே, ஆண்களும் பெண்களும் முண்டியடித்துக்கொண்டு பேருந்துக்குள் நுழைவர். அந்த தள்ளுமுள்ளுவில் நானும் கலந்துகொள்வேன், முட்டித்தள்ளும் உடல்களோடு போராடி உள்ளே செல்வேன். உள்ளே சென்றதும், மனித உடல்கள் மொத்தமாக ஒரு சதைத்திரளாய் திரண்டு வெந்துகொண்டிருக்கும் ஒரு அடுப்பிற்குள் புகுந்ததைப் போல உணர்வேன்.

நான் பணிபுரிந்த அலுவலகக் கட்டடத்திற்கு இரு கதவுகள் இருந்தன. எங்கள் நிறுவனத்தில் உயர்பதவி வகிக்கும் ஊழியர்கள் செல்வதற்காக, எவ்விதக் காவலும் இல்லாத கதவு ஒன்று இருந்தது. கீழ்நிலைப் பணியாளர்கள் செல்வதற்கென இருந்த மற்றொரு கதவு மட்டும் வாயிற்காப்பாளன் ஒருவனால் கண்காணிக்கப்பட்டது. ஒரு சிறிய மேஜைக்குப்பின் அவன் அமர்ந்திருப்பான். அவன் எதிரே ஒரு பெரிய வருகைப்பதிவேடு இருக்கும். காலையில் அலுவலகத்தினுள் நுழையும்போதும், மாலையில் அலுவலகத்தைவிட்டு வெளியேறும்போதும் அந்தப் பதிவேட்டில் ஊழியர்கள் கையெழுத்திடுவர். பதிவேட்டின் நீண்ட பட்டியலில் எனது பெயரை தேடிப் பிடித்துக் கையெழுத்திடுவேன். என் கையெழுத்திற்கு அருகிலேயே, நான் அலுவலகத்திற்குள் நுழைந்த நேரத்தை, நிமிடம் சகிதம் எழுதிவைப்பான். நான் அலுவலகத்தை விட்டு வெளியேறும்போதும் அதே துல்லியத்துடன் நேரத்தைக் குறித்துவைப்பான்.

அதேசமயம், உயரதிகாரிகளோ தாங்கள் இஷ்டப்பட்ட நேரத்தில் அலுவலகத்திற்கு வந்து செல்வர். அவர்கள் அனைவருமே கார்களில்தான் வந்திறங்குவர். திரளான மனித உடல்கள் சூழ்ந்திருக்க, பேருந்துக்காக நான் காத்துக்கிடக்கும்போதெல்லாம், அவர்கள் தம் கார்களில் பயணிப்பதை நான் கண்டிருக்கிறேன். ஒருநாள், பேருந்தை எவ்வாறேனும் பிடித்துவிட வேண்டும் என நான் ஓடுகையில், ஒரு உயரதிகாரி என்னைப் பார்த்துவிட்டார். உயர்பதவிவகித்த துணை நிர்வாகிபோல் அவர் தோற்றமளித்தார். அவருடைய பார்வை, என் தலையில்

துவங்கி உடல் முழுவதும் குளிர்ந்தநீர்போல் பரவியதைக் கண்டதும் என் தலைக்குள் இரத்தம் பாயத்துவங்கியது. என் கால்கள் எதன்மீதோ இடறியதால், என் ஓட்டத்தை நிறுத்தவேண்டியதாயிற்று. நான் நின்றிருந்த இடத்தை நோக்கி அவர் தனது காரை ஓட்டிவந்தார்.

"என் காரில் உங்களை இறக்கிவிடட்டுமா?" எனக் கேட்டார்.

அவருடைய கண்களுக்குள் பார்த்தேன். "பேருந்தின் பின் ஓடிக்கொண்டிருக்கும் நீயொரு வறிய, பரிதாபகரமான, மதிப்புகளற்ற ஒரு பணியாளர். ஆனால் உனது பெண்ணுடல் என்னை ஈர்ப்பதால், ஒரு மதிப்புமிக்க உயரதிகாரியாகிய நான் உன்னை அழைத்துச்செல்வதென்பது உனக்குக் கிடைக்கும் ஒரு கௌரவமாகும். யாரறிவார், எதிர்காலத்தில், மற்றெல்லோருக்கும் முன்னதாகவே உனக்கு ஊதிய உயர்வு கிடைக்கவும் நான் உதவக்கூடும்" என, அவ்விழிகள் தெள்ளத்தெளிவாக உரைத்தன.

பதிலேதும்கூறாமல் நான் நிற்பதைக் கண்டதும், அவர் கூறியது என் செவிகளில் விழவில்லை என எண்ணிவிட்டார்போலும். எனவே, மீண்டும் "என் காரில் உங்களை இறக்கிவிடட்டுமா?" எனக் கேட்டார்.

"ஊதிய உயர்வின்மூலம் எனக்கு வழங்கப்படப் போகும் பணத்தைவிடவும் என் உடலின் விலை அதிகம்" என அமைதியாகக் கூறினேன்.

இதைக் கேட்டதும் அவர் விழிகள் வியப்பில் விரிந்தன. ஒருவேளை, நான் எப்படி அவரது எண்ணவோட்டத்தை சரியாகப் படித்துவிட்டேன் எனும் வியப்பாக இருக்கலாம். காரை அவர் வேகமாக ஓட்டிச் செல்வதைப் பார்த்தபடி நின்றேன்.

அந்த நிறுவனத்தில் மூன்று வருடங்களாகப் பணிபுரிந்ததில் எனக்கொரு உண்மை புலப்பட்டது, நான் உட்பட, இங்கு பணிபுரியும் அனைத்துப் பெண் பணியாளர்களுக்கும் தரப்படும் மதிப்புடன் ஒப்பிடப்படும்போது, விபச்சாரியாக இருந்தபோது நான் அதிக மதிப்புடனேயே பார்க்கப்பட்டும், நடத்தப்பட்டும் இருக்கிறேன். அக்காலத்தில், நான் வசித்த வீட்டில் தனி கழிவறை இருந்தது. அதனுள் எப்போது வேண்டுமாயினும் என்னால் நுழைந்து தாளிட்டுக்கொள்ள முடிந்தது, அங்கு எவரும் என்னை வெளியே வரச்சொல்லி

அவசரப்படுத்தியதில்லை. பேருந்தில் என் உடல் மற்ற உடல்களால் நசுக்கப்பட்டதுமில்லை, கூட்டத்தில் முன்னும்பின்னுமாக ஆண் உறுப்புகள் என்னை அழுத்தியபடியே இருக்க நான் பயணித்ததுமில்லை. என்னுடல் விலை மலிவானதாய் இருந்ததில்லை, சொற்ப ஊதிய உயர்வாலோ, இரவு உணவிற்கான தனிப்பட்ட அழைப்பின்மூலமாகவோ, நைல் நதியோரம் காரில் பயணிப்பதாலோ என்னுடலை அடைந்துவிடமுடியாது. எனது அலுவலக இயக்குநரிடம் நற்பெயர் பெறவோ அல்லது தலைவரின் கோபத்திலிருந்து தப்பிக்கவோ, நான் அளிக்கக்கூடிய ஒரு விலையாக என்னுடலை நான் கருதியதில்லை.

அந்த மூன்று வருடங்களிலும் எந்தவொரு உயரதிகாரியோ, மேல்நிலை நிர்வாகியோ என்னுடலை தொட்டதேயில்லை. முன்னர், எனது சேவைகளுக்காக மிக அதிக விலையைப் பெற்றிருந்த காரணத்தினாலேயே அற்ப விலைகளுக்கெல்லாம் என்னுடலை விற்க நான் தயாராக இல்லை. ஒன்றாக மதிய உணவு உண்ணவோ அல்லது நைல் நதியோரம் காரில் பயணிக்கவோ வந்த அழைப்புகளைக்கூட நான் மறுத்துவிட்டேன். நாள் முழுவதும் அலுவலகத்தில் உழைத்த களைப்பு தீர, வீட்டிற்குச் சென்று உறங்கவே விரும்பினேன். ஒருவேளை, மதிய உணவிற்காகவோ அல்லது உயரதிகாரியால் தன் பெயரில் நல்லதொரு ஆண்டறிக்கை எழுதப்பட வேண்டும் என்பதற்காகவோ அல்லது தான், பாரபட்சத்துடன் நடத்தப்பட்டுவிடக்கூடாது என்பதற்காகவோ அல்லது உயரதிகாரிகளால் நியாயமற்ற முறையில் இடமாற்றம் செய்யப்பட்டுவிடக்கூடாது என்பதற்காகவோ, ஒவ்வொரு இரவும் தம் உடலையும், தம் உழைப்பையும் வஞ்சனையில்லாது அந்த உயரதிகாரிகளுக்கு வழங்கிவந்த பிற பெண்களை எண்ணி நான் உள்ளூர வருந்தினேன். அலுவலக அதிகாரிகளுள் எவரேனும் எனக்கு அழைப்பு விடுத்தால்,

"மற்ற பெண்களைவிட எனது மதிப்பையும் செல்வாக்கையும் நான் அதிகம் மதிப்பிடுகிறேன் என்பதால் அல்ல, அவர்கள் அனைவரையும்விட என் உடலுக்கான விலை அதிகம் என்பதாலேயே இந்த அழைப்பை மறுக்கிறேன்" எனப் பதிலளித்தேன்.

ஒரு விபச்சாரி, தன் வாழ்வை இழக்க அஞ்சுவதைவிடவும், ஒரு பெண்ஊழியர் தன்

வேலையை இழக்க அதிகம் அஞ்சுகிறாள் என்பதை அறிந்துகொண்டேன். தனது வேலையை இழந்துவிட்டால், தானொரு விபச்சாரி ஆகிவிடுவோமோ எனும் அச்சத்தாலேயே அவள், தன் வேலையைத் துறக்க அஞ்சுகிறாள். உண்மையில், அவளுடைய வாழ்வைவிடவும் ஒரு விபச்சாரியின் வாழ்வு மேலானது என்பதை அவள் அறிவதில்லை. எனவேதான், அவள் தனது வாழ்வை, தனது உடல்நலத்தை, தனது உடலை, தனது மனதை, தனது இந்தக் கற்பனையான பயத்திற்கு விலையாகத் தருகிறாள். மிகச் சாதாரணமான விஷயங்களுக்காய் அவள் மிகப்பெரிய விலையைத் தருகிறாள். நாம் அனைவருமே வெவ்வேறு விலைகளுக்கு நம்மை நாமே விற்கும் விபச்சாரிகள்தான் என்பதையும் விலைமதிப்புள்ள ஒரு விபச்சாரி, மலிவானதொரு விபச்சாரியைவிடவும் மேலானவள் என்பதையும் நான் தெரிந்துகொண்டேன். நான் இந்த வேலையைத் துறப்பதனால் அதோடு, சொற்ப சம்பளப்பணத்தையும், தனது அதிகாரத்தின்கீழ் பணிபுரியும் பெண்ஊழியர்களை வெறுப்புடன் பார்க்கும் உயரதிகாரிகளின் பார்வையையும், பேருந்துப் பயணத்தின்போது என்மீது அழுத்தும் ஆண் உடல்கள் எனக்குத் தரும் சங்கடத்தையும், நிரந்தரமாகப் பொங்கி வழிந்து கொண்டிருக்கும் கழிவறையின் வெளியே நீளும் வரிசையில் காலைவேளைகளில் காத்திருப்பதையும்தான் இழக்கநேரிடும்.

இந்த வேலையை தக்கவைத்துக்கொள்ள நான் பெரிதாக மெனக்கிடவில்லை என்பதாலேயே என்னை இந்த வேலையில் வைத்துக்கொள்ள நிர்வாகம் அதிக முனைப்பைக் காட்டியது எனலாம். எந்தவொரு உயரதிகாரியின் தயவைப் பெறவும் நான் முயன்றதில்லை. மாறாக, என் தயவைப் பெறவேண்டுமென அவர்கள்தாம் தமக்குள் போட்டியிட்டுக் கொண்டனர். இதனாலேயே நானொரு மதிப்புமிக்கப் பெண்மணி எனவும், உயர்வாக மதிக்கப்பட்ட பணியாளர் எனவும் பேசப்பட்டேன். மேலும் கூறுவதானால், அங்கு பணிபுரிந்த அனைத்துப் பெண் பணியாளர்களிலேயே நான்தான் மிகவும் கௌரவமானவளும் வெகுஉயர்வாக மதிக்கப்பட்டவளும் ஆவேன் எனவும் பிறரால் பேசப்பட்டது. எந்தவொரு ஆண்மகனாலும் எனது பெருமிதத்தை உடைக்கமுடியவில்லை எனவும், எந்தவொரு உயரதிகாரியாலும் என்னைத் தலைகுனியவைக்கவோ

அல்லது எனது விழிகளை தாழ்த்தச்செய்யவோ முடியவில்லை எனவும் கூறப்பட்டது.

எது எப்படியாகினும், நான் எனது பணியை மிகவும் விரும்பினேன். வேலையின்போது எனது சக பெண் ஊழியர்களுடன் அளவளாவுவேன். நாங்கள் பரஸ்பரம் எங்கள் கருத்துகளைப் பரிமாறிக்கொண்டோம். நான் வாழ்ந்துவந்த வாடகை அறையை விடவும் எனது அலுவலகம் வசதியாக இருந்தது. அலுவலகக் கழிவறையின் வெளியே வரிசை இல்லை, கழிவறையைவிட்டு சீக்கிரம் வெளியே வரச்சொல்லி எவரும் என்னை இங்கு அவசரப்படுத்துவதுமில்லை. மாலை அலுவலகம் முடிந்ததும், எனது அலுவலக வளாகத்துக்குள்ளேயே அமைந்திருந்த ஒரு சிறு பூங்காவில் தினமும் சிறிதுநேரம் அமர்ந்திருப்பேன். அழுக்கான சந்துகளும், வீச்சமடிக்கும் கழிவறைகளும் சூழ்ந்த என் இருண்ட அறைக்குத் திரும்பிச்செல்வதில் அவசரம் காட்டாமல், இரவு கவிந்தபிறகும்கூட சிலசமயங்களில் அந்தப் பூங்காவிலேயே அமர்ந்திருப்பேன்.

ஒருநாள், அவ்வாறு அங்கு நான் அமர்ந்திருக்கையில் ஓர் ஊழியர் என்னைக் கண்டுவிட்டார். மனித உருவொன்று, கருந்திரளாக அசைவற்று இருளில் அமர்ந்திருப்பதைக்கண்டு முதலில் அவர் அரண்டுபோனார். தொலைவில் இருந்தபடியே,

“யாரது? யாரது அங்கே உட்கார்ந்திருப்பது?” எனக் கேட்டார்.

“நான்தான், பிர்தவ்ஸ்” எனச் சோகமாகப் பதிலளித்தேன்.

அருகில்வந்து என்னைக் கண்டதும் அவர் திகைத்துப்போனார். மாலை அலுவலகம் முடிந்ததுமே வீட்டிற்குக் கிளம்பிவிடும் சிறந்த பணியாளர்களுள் ஒருத்தியாக நான் கருதப்பட்டிருந்தேன். எனவே, இந்நேரத்தில் இங்கு தனிமையில் நான் அமர்ந்திருப்பதைக் கண்டு அவர் அதிர்ச்சியுற்றார்.

எனக்கு மிகுந்த களைப்பாக இருந்ததால் அங்கே அமர்ந்து ஓய்வெடுத்துக் கொண்டிருப்பதாக அவரிடம் கூறினேன். அவரும் என்னருகிலேயே அமர்ந்து கொண்டார். அவருடைய பெயர் இப்ராகிம். சுருண்ட கேசமும், கருவிழிகளும்கொண்ட அவர் பருத்த, கட்டுக்கோப்பான மனிதர் ஆவார். அந்த இரவில், அவ்விழிகள் என்னைப் பார்ப்பதை நானும் பார்த்தேன்,

அந்த இருளையும் மீறி அவற்றால் என்னைப் பார்க்கமுடிந்ததையும் உணர்ந்துகொண்டேன். அந்தப் பார்வையில் இருந்து விலக என் தலையை வேறுபக்கம் திருப்பிக்கொண்டபோதெல்லாம், என்னை விலகவிடாமல் அது என்னை மேலும் இறுக்கமாகப் பற்றிக்கொண்டது. என் முகத்தை கைகளால் மூடிக்கொண்டேன், அந்தப் பார்வையோ, என் கைகளுக்குள் ஊடுருவி என் முகத்தில் படர்ந்தது. சிறிதுநேரம் கழித்து அவர், என் கைகளை என் முகத்திலிருந்து விலக்கிவிட்டபடியே,

"பிர்தவ்ஸ், உன்னைக் கெஞ்சிக் கேட்கிறேன், அழாதே."

"நான் அழவேண்டும்" என்றேன்.

"இதற்குமுன்னர் நீ அழுது நான் பார்த்ததே இல்லையே. அப்படி என்ன நடந்தது?"

"ஒன்றுமில்லை. ஒன்றுமேயில்லை."

"சாத்தியமேயில்லை. ஏதோவொன்று நடந்திருக்கிறது."

"ஒன்றுமே நடக்கவில்லை" என, மீண்டும் கூறினேன்.

அவர் ஆச்சரியமாக, "ஒன்றுமில்லாததற்காகவா அழுகிறாய்?" எனக் கேட்டார்.

"நான், ஏன் அழுகிறேன் என எனக்கே தெரியவில்லை. என் வாழ்வில் எதுவுமே புதிதாக நடக்கவில்லை."

அவர் என்னருகிலேயே அமைதியாக அமர்ந்திருந்தார். அவர் கண்கள் இரவின் இருளுக்குள் அலைந்தன, மினுமினுக்கும் ஒளியுடன் அவர் விழிகளில் ஒரு நொடி கண்ணீர் தளும்பியது. தனது உதடுகளை இறுக்கிக்கொண்டு, கண்ணீரை அடக்கிக் கொண்டார். உடனே, அவர் விழிகளில் தோன்றிய ஒளி மறைந்தது. மீண்டும் அவை மின்னின. ஆனால் இரவில் ஊதி அணைக்கப்படும் தீச்சுடர்போல கணநேரத்தில் அவை மீண்டும் இருண்டன. தனது உதடுகளை இறுக்கிக் கண்ணீரை அடக்கிக் கொள்ள அவர் மிகவும் பிரயத்தனப்படுவதைக் கண்டேன். ஆனால் அதையும் மீறி அவர் விழிகளிலிருந்து இரு சொட்டுக் கண்ணீர்த்துளிகள் வழிந்து அவர் மூக்கின் இருபுறங்களிலும் வழிந்தன. ஒரு கையால், தனது முகத்தை மூடிக்கொண்டு, மறுகையால் தன் கைக்குட்டையை எடுத்து மூக்கைத் துடைத்துக்கொண்டார்.

"நீங்கள் அழுகிறீர்களா, இப்ராகிம்?" எனக் கேட்டேன்.

"இல்லை, பிர்தவ்ஸ்."

தனது கைக்குட்டையை மறைத்துக்கொண்டு, கண்ணீரை சிரமத்துடன் அடக்கிக் கொண்டு என்னைப் பார்த்துச் சிரித்தார்.

எங்களைச் சுற்றியிருந்த அலுவலக முற்றம் முழுவதும் அமைதியில் மூழ்கியிருந்தது. சிறு சப்தம்கூட எழவில்லை. அனைத்துமே இயக்கமற்று, அசைவற்றுக் கிடந்தன. சூரிய ஒளியோ, சந்திர ஒளியோயின்றி வானம் முழுமையானதொரு இருளில் மூடிக்கிடந்தது. எனது முகத்தை அவர்பக்கம் திருப்பி, அவருடைய கண்களைப் பார்த்தேன். தூய்மையான வெண்ணிற வட்டங்கள் இரண்டால் சூழப்பட்டிருந்த ஆழ்கருநிறம்கொண்ட இரண்டு கோளங்கள் என்னையே பார்ப்பதைக் கண்டேன். நான் தொடர்ந்து அவற்றை வெறித்தேன், அவற்றின் வெண்மை மேலும் வெண்மையடைவதைப் போலவும், அவற்றின் கருமை மேலும் கருமையடைவதைப் போலவும் தோன்றின. இந்த பூமி முழுமையானதொரு இருளைப் போர்த்தியிருப்பதாலும், சொர்க்கத்தில் சூரியனும் சந்திரனும் ஒளிவீசிப் பிரகாசிக்காததாலும், பூமியும் சொர்க்கமும் அல்லாத வேறு ஏதோவொரு புதிரான, யாருமறியாத புள்ளியில் இருந்து அக்கண்களுக்குள் ஒளி பாய்வதைப் போலத் தோன்றியது.

அவர் விழிகளை, என் விழிகளோடு பிணைத்துக் கொண்டேன். அவர் கைகளை, என் கைகளுக்குள் பொதிந்து வைத்துக்கொண்டேன். எங்கள் கைகளின் ஸ்பரிசம் ஒரு திடீர், விசித்திர உணர்வைத் தந்தது. இதுநாள்வரை நான், என்னுள் சுமந்து திரிந்த உணர்வை விடவும் ஆழமானதாகவும், நான் இன்றுவரை நினைவில் கொண்டிருக்கும் எனது வாழ்வைவிடவும் பழையதாகவும் இருந்த ஆழ்ந்த, தொலைதூர சுகத்தில் எனது உடல் நடுங்கத் துவங்கியது. நான் பிறந்தபொழுது என்னுடனேயே தோன்றி, பிறகு என்னிடமிருந்து விலக்கப்பட்டு, நான் வளர்ந்தபொழுது என்னுடன் வளராத, எனதான பகுதியொன்றில் இருந்து அந்தச் சுகம் எழுவதை உணர்ந்தேன். நான் பிறப்பதற்கும் முன்னரே நான் அறிந்திருந்து, பிறகு என்னால் கைவிடப்பட்ட ஒரு பகுதியாகவும் அது இருந்தது.

சரியாக, அந்த நொடியில் எனக்குள் ஒரு நினைவு வந்தது. அதை வெளிப்படுத்த என் உதடுகள் தவித்தன. ஆனால் நினைவுக்குவந்த மறுகணமே

மறந்துவிட்டதைப்போலத் தோன்றியதால் என் குரல் எழும்பவேயில்லை. நான் இழந்துவிட்ட எதையோ எண்ணி, அல்லது எப்போதைக்குமாய் நான் இழந்துவிடப்போகிற எதையோ எண்ணி, எனது இதயம் தடுமாறியது, அச்சத்துடன் வேகமாக அடித்துக்கொண்டது. இந்த உலகில் உள்ள எத்தனைப் பெரிய சக்தியாலும் அவரை என்னிடமிருந்து பிரிக்க முடியாது என்பதாக என் கை, அவரது கையை இறுக்கமாகப் பற்றிக்கொண்டது.

அன்றைய இரவுக்குப்பிறகு நாங்கள் சந்தித்துக்கொண்டபோதெல்லாம் என் உதடுகள் எதையோ கூறத் திறக்கும், ஆனால் நினைவிற்குவந்த மறுகணமே அது மறந்துபோய்விடும். அச்சத்தாலோ அல்லது அச்சத்தைப்போன்ற வேறொரு உணர்வாலோ என் இதயம் படபடக்கும். அவர் கையை, என் கையுடன் பிணைத்துக் கொள்ளத் தவிப்பேன், ஆனால் அவரோ அலுவலகத்திற்குள் நுழைந்தது முதல் அங்கிருந்து வெளியேறும்வரை என்னைக் கவனிக்கவேமாட்டார். ஒருவேளை, என்னை அவர் பார்க்க நேர்ந்தாலும்கூடமற்ற பெண் ஊழியர்களைப் பார்ப்பதைப் போலத்தான் என்னையும் சாதாரணமாகப் பார்ப்பார்.

தொழிலாளர்களைவிடவும் அதிகமாக நிர்வாகம் அனுபவித்துவந்த சலுகைகளை நிறுத்தவேண்டுமெனவும், தொழிலாளர்களுக்கான நீதி வழங்கப்படவேண்டுமெனவும் தொழிலாளர்களுக்கான கூட்டமொன்றில் அவர் பேசுவதைக் கேட்டேன். அதைக் கேட்டு, நாங்கள் அனைவரும் வெகுநேரம் உற்சாகமாகக் கைதட்டினோம், அவருடன் கைகுலுக்க விரும்பி நீண்டநேரம் வாசலருகேயே நின்றிருந்தோம். எனது முறை வந்தபோது, அவருடைய கையை நீண்டநேரம் பற்றிக்கொண்டேன், அவர் கண்களையும் நீண்டநேரம் பார்த்தபடியே நின்றேன். எனது மர மேஜையின்மீதோ, என் உள்ளங்கையின் பின்புறத்திலோ, என்னையும் மறந்து இப்ராகிம் என அவரது பெயரை எழுதிவைத்தேன். அலுவலகத்தின் முற்றத்தில் அவர் நடந்துசெல்வதைக் கண்டால் பதட்டத்துடன் எழுந்து நிற்பேன், ஓடிச்சென்று அவரோடு சேர்ந்து நடந்துசெல்லவேண்டும் எனத் துடிப்பேன். ஆனால் மறுகணமே என் இருக்கையிலேயே அமர்ந்து கொள்வேன். இதுபோல, நான் பலமுறை எழுவதையும் அமர்வதையும் கண்ட என் தோழி பதேயா சந்தேகமடைந்தாள். அவள் என்னிடம் வந்து, ரகசியமாக என் காதில்,

“உனக்கு என்னவாயிற்று, பிர்தவ்ஸ்?” எனக் கேட்டாள்.

“இப்ராகிம் மறந்துவிட்டாரா என்ன?” என வருத்தம் தோய்ந்த குரலில் கேட்டேன்.

“எதை மறந்துவிட்டார்?” என, அவள் கேட்டாள்.

“தெரியவில்லை, பதேயா.”

“என் ப்ரியமான பெண்ணே, நீ கனவு லோகத்தில் வாழ்ந்துகொண்டிருக்கிறாய்.”

“இல்லை, அப்படியில்லை, பதேயா. அது உண்மையிலேயே நடந்தது.”

“அப்படி என்னதான் நடந்தது?” என, அவள் கேட்டாள்.

அவளிடம் நடந்தவற்றைக் கூறமுயன்றேன், ஆனால் அதை எப்படி விளக்குவது என எனக்குத் தெரியவில்லை அல்லது இதில் கூறுவதற்கு என்ன உள்ளது என எனக்குத் தெரியவில்லை அல்லது அந்த நிகழ்வை நான் முற்றிலுமாக மறந்துவிட்டிருந்தேன் அல்லது அப்படி ஒரு நிகழ்வே நடைபெறவில்லை என்றெல்லாம் எனக்குத் தோன்றியது.

கண்களை மூடி, அந்த நிகழ்வை மீண்டும் என் மனக்கண்முன் கொண்டுவர முயன்றேன். அடர் கருமையான இரு கோளங்களைச்சுற்றி அமைந்திருந்த வீரிய வெண்ணிறம்கொண்ட இரு வளையங்கள்தான் என் கண்முன் நின்றன. அவற்றை நான் வெறித்தபடியே இருந்தேன். அவ்வாறு வெறிக்க வெறிக்க, அவை அதிவேகமாக பெரிதாகத் துவங்கின. ஒருகட்டத்தில், கருநிறப்பாகம் பூமியின் அளவிற்குப் பெரிதாகியது, வெண்ணிறப் பகுதியோ சூரியத்தட்டு அளவிற்குப் பெரிதாகி, கண்கூசும் வெண்திரளாக மாறியது. என் கண்கள் கருமையையும், வெண்மையையும் பிரித்துணர இயலாவண்ணம் செயலிழக்கத் துவங்கின. என் கண்முன்னே தோன்றிய காட்சிபிம்பங்கள் குழம்பிக் கிடந்தன. எனது தாய் மற்றும் தந்தையின் முகங்களை, உபேயா மற்றும் பதேயாவின் முகங்களை, இக்பால் மற்றும் இப்ராகிமின் முகங்களை என்னால் பிரித்தறிய முடியவில்லை. எங்கே, எனது பார்வை பறிபோய்விடுமோ எனும் அச்சத்துடன், என் விழிகளை பீதியுடன் அகலத் திறந்தேன். பூமியின் இருள் நிறத்திற்கு அல்லது சூரியனின் மினுங்கும் வெண்ணிறத்துக்கு எதிராக பதேயாவின் முக விளிம்புகள் தெரிந்தன.

"நீ இப்ராகிமை காதலிக்கிறாயா?" என, அவள் கேட்டாள்.

"இல்லவே இல்லை."

"அப்படியானால், அவர் பெயர் உச்சரிக்கப்படும் ஒவ்வொருமுறையும் நீயேன் நடுங்குகிறாய்?"

"நானா? ஒருபோதுமில்லை! நீ எப்போதும் மிகைப்படுத்தியே கூறுவாய் பதேயா."

"இப்ராகிம் ஒரு நல்ல மனிதர், புரட்சியாளரும் கூட." என, அவள் கூறினாள்.

"நானும் அதை அறிவேன். ஆனால் நானொரு சாதாரண ஊழியர். என்னைப் போன்ற ஒரு ஏழைப்பெண்ணை இப்ராகிம் காதலிப்பாரா?"

இப்ராகிமை தலைவராகக்கொண்டு, புரட்சிக் குழுவொன்று அலுவலகத்தில் அமைக்கப்பட்டது. நானும் அந்தக் குழுவில் சேர்ந்துகொண்டேன். விடுமுறை தினங்களிலும்கூட இரவு, பகல் பாராது அக்குழுவிற்காய் உழைத்தேன். அது, நானாக விரும்பியே செய்த தன்னார்வ வேலையாகவே இருந்தது. அதற்கான ஊதியம்குறித்து நான் கவலைப்படவேயில்லை. இப்போதெல்லாம் காலைவேளைகளில் கழிவறை வரிசையில் நிற்பதுகுறித்து நான் அலுத்துக்கொள்வதில்லை. பேருந்தில் என்னைச் சுற்றி மொய்த்து அழுத்தும் உடல்களும்கூட எனக்குள் எரிச்சலை ஏற்படுத்துவதில்லை. ஒருநாள், நான் பேருந்திற்காக ஓடுவதைப் பார்த்த இப்ராகிம், தனது காரை நிறுத்தி என்னை அருகே அழைத்தார். காரில் நான் அவரின் அருகே அமர்ந்துகொண்டேன். அடுத்த கணமே அவர்,

"நான் உன்னை மெச்சுகிறேன், பிர்தவ்ஸ். உன்னிடமிருக்கும் அதே ஆர்வமும், ஆற்றலும், நம்பிக்கையும் கொண்டிருக்கக்கூடிய ஐந்தே ஐந்து ஊழியர்கள் நம் நிறுவனத்தில் இருந்தாலும் போதும், நம்மால் இந்த உலகில் எதையும் சாதித்துவிட இயலும்" என்றார்.

நான் பதில் பேசவில்லை. வேகமாக அடித்துக்கொண்டிருந்த எனது இதயத்தை மட்டுப்படுத்தும்பொருட்டும் என் சுவாசத்தை சீராக்கிக்கொள்ளவும் எனது சிறிய கைப்பையை என் மார்புகளின்மீது அழுத்திக்கொண்டிருந்தேன். சிறிதுநேரம் கழித்தபிறகும் கூட, என் சுவாசத்தின் தீவிரம் அடங்கவேயில்லை என்பதை உணர்ந்துகொண்டேன்.

“பேருந்தை விரட்டிச் சென்றதால் எனக்கு மூச்சிரைக்கிறது” என, எனது உணர்வுகளை அடக்கிக்கொள்வதற்கான ஒரு முயற்சியாக ஒரு நொண்டிக் காரணத்தைக் கூறினேன்.

என் முயற்சியை அவர் கண்டுபிடித்திருக்க வேண்டும், எதுவும் கூறாமல் வெறுமனே புன்னகைத்துக் கொண்டார். சிறிது நேரங்கழித்து,

“நீ நேராக வீட்டிற்குச் செல்லவேண்டுமா அல்லது நாம் சிறிதுநேரம் எங்கேனும் அமர்ந்து பேசிக்கொண்டிருக்கலாமா?” எனக் கேட்டார்.

அந்தக் கேள்வியால் திகைத்துப்போன நான்,

“வீட்டிற்குச் செல்ல எனக்கு விருப்பமில்லை” என சட்டென பதிலளித்தேன். வாய்தவறி நான் கூறிவிட்டதைச் சரிசெய்யும்விதமாக, “நாள் முழுவதும் அலுவலகத்தில் வேலை செய்ததால் நீங்கள் களைத்திருப்பீர்கள். நீங்கள் நேராக உங்கள் வீட்டிற்குச் சென்று ஓய்வெடுப்பதுதான் சரியாக இருக்கும்” என்றேன்.

“அதைவிடவும் உன்னுடன் சிறிதுநேரம் பேசிக்கொண்டிருப்பதுதான் எனக்கு உவப்பானதாக இருக்கும். அதாவது, நீ களைப்பாக இருந்து வீட்டில் ஓய்வெடுக்க விரும்பினால் இந்த யோசனையை கைவிட்டு விடுவேன்.”

“ஓய்வு! ஓய்வு என்ற ஒன்றையே என் வாழ்நாளில் நான் அறிந்ததில்லை” எனத் தன்னிச்சையாகக் கூறிவிட்டேன்.

அவருடைய கதகதப்பான கை, என் கையைப் பற்றிக்கொண்டது. உடல் முழுவதும் ஒரு நடுக்கம் ஓடுவதை உணர்ந்தேன். என்னுடலில் இருந்த முடிகளின் வேர்கள்கூட அசைவதை உணர்ந்தேன்.

“பிர்தவ்ஸ், நாம் முதன்முதலில் சந்தித்துக் கொண்டது உனக்கு நினைவுள்ளதா?” என மெல்லிய குரலில் கேட்டார்.

“உள்ளது.”

“அன்றிலிருந்து நான் உன்னை நினைத்தபடியேதான் இருக்கிறேன்.”

“நானும்தான். உங்களையேதான் நினைத்துக் கொண்டிருந்தேன்.”

"எனது உணர்வுகளை மறைத்துக்கொள்ள முயற்சித்தேன். ஆனால் இனிமேலும் அது முடியாது."

"என்னாலும்தான்."

அன்றைய தினம், நாங்கள் அனைத்தையும் பேசினோம். எனது பால்யத்தை, எனது கடந்தகால வாழ்க்கையை, அதில் நிகழ்ந்த சம்பவங்களை என அனைத்தையும் அவரிடம் கூறினேன். அவரும் தனது பால்யத்தை, எதிர்காலக் கனவுகளை என்னுடன் பகிர்ந்துகொண்டார். மறுநாளும் நாங்கள் சந்தித்துக்கொண்டோம். மேலும் உற்சாகமாக அனைத்தைப் பற்றியும் பேசினோம். எனக்குள், நான் மறைத்து வைத்திருந்தவை குறித்தும்கூட அவரிடம் மனம்விட்டுப் பேசினேன். அவரும் எதையும் மறைக்காமல் வெகு வெளிப்படையாகவே என்னிடம் பேசினார். மூன்றாவது நாள், அவர் என்னை அவருடைய சிறிய இல்லத்திற்கு அழைத்துச் சென்றார், அன்றைய இரவை நான் அவருடனேயே கழித்தேன். மெல்லிய குரலில் வெகுநேரம் பேசிக் கொண்டிருந்தோம், பேசவேண்டியதையெல்லாம் பேசி முடித்ததும், இனி பேச ஏதுமில்லை என்றானபோது, கதகதப்பான அணைப்புடன் எங்களை நாங்களே ஒருவருக்கொருவர் அன்பளிப்பாக பரிமாறிக்கொண்டோம்.

இந்த ஒட்டுமொத்த உலகமுமே என் கைகளில் அகப்பட்டாற்போல இருந்தது. அது மேலும் பெரிதாவதுபோலவும், சூரியன் மேலும் அதிகமாய் பிரகாசிப்பதைப் போலவும் தோன்றியது. காலையில் கழிவறையின்முன் நீளும் வரிசை உட்பட, என்னைச் சுற்றியிருந்த அனைத்துமே ஒளிவெள்ளத்தில் மிதந்தன. பேருந்துகளில் பயணிகளின் விழிகள் சோர்வாக, எரிச்சலுடன் இல்லாது, புத்தம்புது ஒளி பாய்ந்தாற்போல பிரகாசித்தன. கண்ணாடியில் பார்த்தபோது என் விழிகள் வைரங்களைப் போல மின்னின. எனது உடல் இறகைப் போல லேசாக மாறியது, எவ்விதச் சோர்வோ அல்லது உறக்கத்தின் சுவடோயின்றி என்னால் நாள்முழுவதும் சுறுசுறுப்பாக வேலை செய்ய முடிந்தது.

ஒருநாள் காலையில், என் முகத்தை உற்றுப்பார்த்த என் அலுவலகத் தோழியொருத்தி வியப்பு மேலிட,

"என்னதான் நடக்கிறது, பிர்தவ்ஸ்?" எனக் கேட்டாள்.

"ஏன், என்னவாயிற்று?" என்றேன்.

“உன் முகம் முன்புபோலில்லை.”

“முன்புபோல் இல்லை என்றால், என்ன அர்த்தம்?”

“ஏதோவொரு உள்ளொளியுடன் அது பிரகாசிக்கிறது.”

“நான் காதலிக்கிறேன்.”

“காதலிக்கிறாயா?”

“காதலிப்பதென்றால் என்னவென்று நீ அறிவாயா?” எனக் கேட்டேன்.

“தெரியாது.” என வருத்தத்துடன் கூறினாள்.

“எத்தனைப் பரிதாபத்திற்குரியவள் நீ!” என்றேன்.

“நீயொரு ஏமாளிப் பெண். காதல் என ஒன்று இருப்பதை நீ நம்புகிறாயா?” என, அவள் கேட்டாள்.

“காதல் என்னை முற்றிலுமாக மாற்றி விட்டிருக்கிறது. இந்த உலகை அது அழகாகக் காட்டுகிறது.”

அவளது குரலில் ஓர் ஆழ்ந்த வருத்தம் இழையோட,

“நீயொரு கற்பனையில் வாழ்கிறாய். நம்மைப்போன்ற ஏழைப்பெண்களின் காதுகளில் அவர்கள் ஓதும் ஆசை காதல் வார்த்தைகளை நீ நம்புகிறாயா?” எனக் கேட்டாள்.

“ஆனால் அவர் ஒரு புரட்சியாளர். நல்லதொரு வாழ்க்கை நிராகரிப்பட்ட நமக்காகவும், மற்ற அனைவருக்காகவும் அவர் போராடுகிறார்.”

“உன்னைப் பார்த்தால் நிஜமாகவே பரிதாபமாகத்தான் உள்ளது. அவர் கூட்டங்களில் கூறுவதையெல்லாம் உண்மையென நம்புகிறாயா?”

“போதும் நிறுத்து. நீ, உன் கண்களில் கறுப்புக் கண்ணாடிகளை அணிந்துள்ளாய், எனவேதான் உன்னால் சூரிய ஒளியைப் பார்க்க முடியவில்லை” எனக் கோபத்துடன் பதிலளித்தேன். என் முகத்தின்மீது வெயில் விழுந்தது. வழக்கமான நேரத்தில் அவர் முற்றத்தைக் கடந்துசெல்கையில், என்னைச் சுற்றிலும் ஒளியும் வெப்பமும் படர்வதை வியப்புடன் கண்டேன். சூரிய ஒளியில் அவர் கண்கள் ஒரு விசித்திரமான ஒளியுடன் மினுங்குவதைக் கண்டேன். வேறுயாரோ ஒரு மனிதனின் விழிகள்போல எனக்கு அவை வித்தியாசமாகத் தெரிந்தன, நான் புறக்கணிப்படுவதாய் உணர்ந்தேன். அவரை நோக்கி ஓடினேன். ஆனால் அவருடன் கைகுலுக்கி வாழ்த்துச்

சொல்லியபடி அவரைச் சுற்றி ஆண்களும் பெண்களும் மொய்த்துக் கொண்டிருந்தனர். அந்தக் கூட்டத்தில் அவரால் என்னைக் காண முடியவில்லை. விசித்திர ஒலியுடன் ஒரு குரல் என் காதில் விழக் கேட்டேன்:

"நேற்று இவருக்கு, நம் நிறுவனத்தலைவரின் மகளுடன் திருமணம் நிச்சயிக்கப்பட்டது. புத்திசாலி இளைஞர், இனிவரப்போகும் அனைத்து நற்செல்வங்களுக்கும் தகுதியானவரும்கூட. ஒளிமயமான எதிர்காலம் இவருக்காகக் காத்திருக்கிறது, வெகு சீக்கிரமே இந்நிறுவனத்தின் உயரிய பொறுப்புக்கு உயர்ந்துவிடுவார்."

அவர்களின் குரல்கள் எனக்குக் கேட்காதவாறு, இரு கைகளாலும் என் காதுகளைப் பொத்திக்கொண்டேன். அவரைச்சுற்றி மகிழ்வுடன் குழுமியிருந்த அந்தக் கூட்டத்தினரை விட்டுவிலகி, அலுவலக வாயிலைக் கடந்து நடந்தேன். ஆனால் நேராக வீட்டிற்குச் செல்லவில்லை.

தெருக்களை சுற்றிச்சுற்றி வந்தேன். எனது விழிகளால் எதையும் பார்க்க முடியவில்லை, அவற்றிலிருந்து கண்ணீர் வழிந்தபடியே இருந்தது. அவ்வப்போது அது உலர்ந்துபோனாலும், மீண்டும் பெருக்கெடுத்து ஓடியபடியே இருந்தது. இரவு வந்தபோது நான் முற்றிலுமாகச் சோர்ந்துபோனேன். உள்ளே ஏதோ அடைபட்டாற்போல, திடீரென என் கண்ணீர் வழிவது நின்றுபோனது. எனது முகமும் கழுத்தும் உலர்ந்துபோனது, என் ரவிக்கையின் முன்புறம்மட்டும் ஈரமாகவே இருந்தது. குளிர்காற்று என்னுடலில் ஊடுருவியது. நான் நடுங்கினேன், என்னை நானே கதகதப்பாக வைத்துக்கொள்ள கைகளால் என் மார்புகளின்குறுக்கே இறுக்கமாய் கட்டிக்கொண்டேன். அவர், என்னை அணைத்துக்கொண்டது நினைவுக்கு வர, மேலும் நடுங்கினேன். அழுதேன். ஆனால் என் கண்ணீர் முற்றிலுமாய் வற்றிவிட்டிருந்தது. ஒரு பெண் விசும்பி அழுவதை என்னால் கேட்கமுடிந்தது. அது என்னைத்தவிர வேறெவராகவும் இருக்கமுடியாது என்பதையும் உணர்ந்துகொண்டேன்.

அன்றைய இரவு, மீண்டும் அலுவலகக் கட்டடத்திற்குச் சென்றேன், எனது அலுவலக அறைக்குள் சென்றேன், அங்கிருந்த என் தொடர்பான ஆவணங்களை அள்ளி என் சிறிய கைப்பைக்குள் திணித்துக்கொண்டு

வெளியேறினேன். காலையில் அந்தச் செய்தியைக் கேள்விப்பட்டது முதல் நான் மீண்டும் இப்ராகிமை சந்திக்கவேயில்லை. எனவே, அலுவலக வாயிலருகே சிலநொடிகள் தயங்கிநின்று சுற்றும்முற்றும் பார்த்தேன். அலுவலகத்தின் கொல்லைப்புறத்தில் இருந்த சிறுபூங்காவில் என் விழிகள் அலைந்தன. என்னைச் சுற்றிலும் பார்த்தபடியே இருந்தேன். தொலைவிலிருந்து ஏதேனும் ஒலியெழும்பினாலோ அல்லது ஏதேனும் அசைவு தெரிந்தாலோகூட எனது காதுகளையும் கண்களையும் கூர்மையாக்கிக் கொண்டேன். முற்றத்தின் வாயிலருகே ஒரு உருவம் அசைவதைப் போல் தோன்றியது. நான் துள்ளியெழுந்தேன். என் இதயம் வேகமாகத் துடித்தது, மார்புகளிலிருந்து ஏறிய இரத்தவோட்டம் என் தலைவரை பாய்ந்தது. அந்த உருவம் என்னை நோக்கி வருவதைப்போலத் தோன்றியது. நானும் அதை நோக்கிச் சென்றேன். என்னுடல் வியர்வையில் நனைந்திருந்தது. தலையிலும், உள்ளங்கைகளிலும்கூட வியர்வை பெருக்கெடுத்தது. இருண்டு கிடந்த முற்றத்தைக் கடந்துசெல்கையில் என்னுள் ஒரு அச்சம் ஓடியது. எனக்கே தெளிவாகக் கேட்காத மிக மெல்லிய குரலில்,

“இப்ராகிம்” என அழைத்தேன்.

ஆனால் முன்பிருந்த அதே அமைதி தொடர்ந்தது. இப்போதும் அந்த மனிதஉரு என் கண்முன்னாலேயே இருந்ததால், நான் மேலும் பீதியடைந்தேன். இம்முறை எனக்குக் கேட்கும்வண்ணம் சற்றே உரத்தகுரலில்,

“யாரது?” எனக் கேட்டேன்.

உறக்கத்தில் பேசும் ஒருவன், தன் சொந்தக்குரலைக் கேட்டுத் திடுக்கிட்டு விழித்தாற்போல, அந்த உரத்தகுரல் அத்தனைநேரம் நான் கண்டுகொண்டிருந்த கனவுநிலையை கலைத்தது. இருள் விலகி, முற்றத்தின் வாயிலருகே கட்டப்பட்டிருந்த செங்கற்சுவர் இப்போது எனக்குப் புலப்பட்டது. ஒரு சராசரி மனிதனின் உயரத்துடன் கட்டப்பட்டிருந்த அந்தக் குட்டையான செங்கற்சுவருக்கு இன்னும் மேற்பூச்சு பூசப்படாமல் இருந்தது. இதற்குமுன்னரே அந்தச் சுவரை நான் பார்த்திருக்கிறேன்தான் எனும்போதும்கூட, இப்போதுதான் என்முன்னே புதிதாக முளைத்ததைப் போல அது தோற்றமளித்தது.

வாயிற்கதவின்வழியாக வெளியேறும்போது, இன்னுமொருமுறை என்னைச் சுற்றிலும் பார்வையை

ஓடவிட்டேன். அங்கிருந்த ஜன்னல்கள், கதவுகள், சுவர்கள் அனைத்தின் மீதும் என் பார்வை வேகமாக ஓடின. சட்டென அவற்றில் ஏதேனும் ஒன்று திறந்து அவர் கண்கள் ஒரு நொடியேனும் புலப்படாதா அல்லது விடைபெறும்போது ஒரு கையசைப்பையேனும் தெரிவிக்கமாட்டாரா என என் விழிகள் ஏங்கின. இடையறாது என் விழிகள் சுழன்றபடியே இருந்தன. என் நம்பிக்கையை இழந்த மறுநொடியே அதை உயிர்ப்பித்தபடியே இருந்தேன். என் விழிகள் வெறிகொண்டு தேடியலைந்த அதே வேளையில், என் மார்பகங்கள் மேலும் கீழுமாய் ஏறியிறங்கி விம்மின. தெருவில் என் காலை வைப்பதற்குமுன்னர் கடைசியாக, ஒரு கணம் அந்த இருளிலேயே அசைவற்று நின்றேன். தெருவில் இறங்கி நடந்தபோதும்கூட, ஏதேனும் அதிசயம் நிகழாதா எனும் எதிர்பார்ப்புடனேயே அவ்வப்போது திரும்பிப் பார்த்தபடியே சென்றேன், ஆனால் ஜன்னல்களும் கதவுகளும் இறுக மூடியே கிடந்தன.

இத்தகையதொரு வேதனையை, இத்தனை ஆழமான வலியை இதற்குமுன்னர் நான் அனுபவித்ததில்லை. எனது உடலை ஆண்களுக்கு விற்றபோதுகூட இதைவிட மிகக் குறைவான வலியையே அனுபவித்திருந்தேன். அதுவும்கூட உண்மையான வலியல்ல, கற்பனையானதே. ஒரு விபச்சாரியாக இருந்தபோது நான் நானாக இருந்ததில்லை. எனவே, எனது உணர்வுகளும் என்னுள் இருந்து அப்போது எழுந்ததில்லை. அவை என்னுடைய சொந்த உணர்வுகளாகவும் இருந்ததில்லை. தற்போது நான் அனுபவித்து வரும் வேதனைக்கு ஈடாக எந்தவொரு வேதனையும் என்னை அப்போது காயப்படுத்தியதே இல்லை. தற்போது நான் அடைந்திருக்கும் அவமானத்தையும் இதற்குமுன்னர் உணர்ந்ததேயில்லை. அவமானம் என்ற ஒன்றையே ஒரு விபச்சாரி எப்போதும் கணக்கில் எடுத்துக்கொள்ளக்கூடாது என நான் அறிந்தேயிருந்தேன். தெருவில்தான் என் வாழ்க்கை என ஆனபின்னர், எதையும் எதிர்பார்ப்பதையோ, எதையும் நம்புவதையோ நான் நிறுத்திவிட்டேன். ஆனால் காதலில் இருந்தபோது நான் சிலவற்றை எதிர்பார்த்தேன். காதலிக்கத் துவங்கியதுமே நான் மறுபிறவி அடைந்துவிட்டதைப்போல உணரத் துவங்கினேன். நானொரு விபச்சாரியாக இருந்தபோது இலவசமாக எதையும் கொடுத்ததேயில்லை. அப்போதும் எதையேனும் கொடுத்துத்தான் எவராலும் என்னிடமிருந்து எதையேனும்

பெறமுடியும். ஆனால் காதலித்தபோதோ எனது உடல், எனது ஆன்மா, எனது மனம் மற்றும் என்னால் செய்ய முடிந்த அனைத்து முயற்சிகளையும்கூட இலவசமாகவே கொடுத்தேன், எதையும் பிரதிபலனாகக் கோராமல் என்னிடமிருந்த அனைத்தையும் கொடுத்தேன், எனது ஆயுதங்களையெல்லாம் துறந்தேன், எனது தற்காப்புகளை விலக்கினேன், எனது நிர்வாணத்தோடு சேர்த்து, என்னை நானே முழுமையாக ஒப்படைத்தேன். ஆனால் ஒரு விபச்சாரியாக இருந்தபோது, என்னை நானே பாதுகாத்துக் கொண்டேன். ஒவ்வொரு நொடியும் எதிர்த்துப் போராடினேன், என் தற்காப்புகளோடே இருந்தேன். என்னுள் ஆழத்தில் புதைந்திருந்த எனது சுயத்தை ஆண்களிடமிருந்து தற்காத்துக் கொள்ளவே அவர்களுக்கு என் வெளிப்புற ஓட்டை மட்டும் கொடுத்தேன். எனது இதயத்தையும் ஆன்மாவையும் பாதுகாத்துக் கொண்டேன். செயலற்று, விறைத்து, உணர்வற்றுக் கிடக்கும் கதாபாத்திரமொன்றை ஏற்று என்னுடலை நடிக்கச் செய்தேன். இவ்வாறு செயலற்றுக்கிடப்பதன்மூலம் நான் எதிர்க்கக் கற்றுக்கொண்டேன். எதையும் தராமல் என்னை நானே முழுமையாகத் தக்கவைத்துக்கொண்டேன், எனக்கே எனக்கான ஒரு உலகில் வாழக் கற்றுக்கொண்டேன். அதாவது, ஒரு ஆணால் என்னுடலை, பிணம்போல் கிடக்கும் என்னுடலை வேண்டுமானால் அடையமுடியும். ஆனால் அவனால் என்னை எதிர்வினையாற்ற வைக்கவோ, நடுங்க வைக்கவோ, சுகமோ, வலியோ உணரவைக்கவோ முடியாது என மறைமுகமாக உணர்த்திக்கொண்டிருந்தேன். ஆணுக்காக எந்தவொரு முயல்வையும் நான் மேற்கொண்டதில்லை, எனது ஆக்கத்தை செலவிட்டதில்லை, நேசத்தைக் கொடுத்ததில்லை, ஆணைக்குறித்து நான் எண்ணியதுகூட இல்லை. எனவே நான் களைப்படைந்ததோ, சோர்வுற்றதோ இல்லை. ஆனால் காதலின்போது நான் என்னிடமிருந்த அனைத்தையும் கொடுத்தேன் - என் திறன்களை, என் முயல்வுகளை, என் உணர்வுகளை, என் ஆழ்மன உணர்ச்சிகளை என அனைத்தையும் கொடுத்தேன். விலைகுறித்தெல்லாம் கவலையேபடாமல், ஒரு துறவியைப்போல என்னிடமிருந்த அனைத்தையும் கொடுத்தேன். அதற்கு ஈடாக எதையும், எதையுமே நான் எதிர்பார்க்கவில்லை; ஒன்றைத்தவிர. காதலை மட்டும் அதற்குஈடாகப்பெற விரும்பினேன். வெறுப்போடும், இழிவோடும் பார்க்கப்படும் ஒரு மனிதப்பிறவியாக

இல்லாது, காதலின் மதிப்பும் நேசமும் நிறைந்து முழுமையடைய விரும்பினேன்.

நான் அடையவிரும்பியதை என்னால் அடைய முடியவில்லை. எத்தனைத் தீவிரமாக முயன்றபோதும், எத்தனைத் தியாகங்களைச் செய்தபோதும், ஒரு வறிய, எளிய பணியாளராகத்தான் நான் கருதப்பட்டிருந்தேன். அனைத்து ஏழைகளின் நல்லொழுக்கங்களும் கருதப்பட்டதைப்போலவே எனது நற்பண்புகளும்கூட மதிப்புடனோ, ஒரு செல்வமாகவோ கருதப்படாமல், அவையெல்லாம் மூடத்தனம் எனவும், தீயவொழுக்கம் போலவும் பிறரால் வெறுக்கப்பட்டது.

என்னிடமிருந்த கடைசித் துணுக்கு ஒழுக்கத்தை, என் இரத்தத்தில் கலந்திருந்த இறுதிச் சொட்டுப் புனிதத்தை நான் உதறவேண்டிய நேரம் வந்துவிட்டது. நிஜத்தை, உண்மையை நான் கண்டுகொண்டேன். எனக்கு என்ன வேண்டும் என்பதை அறிந்துகொண்டேன். கற்பனைகளுக்கு இனி என்னிடம் இடமில்லை. தவறாக வழிநடத்தப்பட்ட ஒரு துறவியைக் காட்டிலும், வெற்றிகரமானதொரு விபச்சாரி உயர்வானவளே. அனைத்துப் பெண்களுமே மோசடிகளால் பாதிக்கப்பட்டுள்ளனர். ஆண்கள் தமது மோசடிகளை பெண்களின்மீது ஏவுகிறார்கள், தமது மோசடிகளுக்கு பலியானதற்காக ஆண்களே அவர்களை தண்டிக்கவும் செய்கிறார்கள், ஆண்கள் பெண்களை இழிநிலைக்குத் தள்ளுகிறார்கள், அத்தகைய இழிநிலைக்கு ஆளானதற்காக ஆண்களே, அப்பெண்களை தண்டிக்கவும் செய்கிறார்கள், திருமணம் எனும் பெயரில் பெண்களை இறுகக்கட்டிவைக்கிறார்கள். அதற்குப்பிறகு அந்தப்பெண்கள், தம் திருமண வாழ்க்கையை காப்பாற்றிக்கொள்ள அவர்களைக் கடின ஊழியம் செய்யவைப்பதோடு நிந்தனைகளையும், அடி உதைகளையும்கூட அவர்களுக்கு ஆண்கள் தருகிறார்கள்.

அனைத்துப் பெண்களைவிடவும், விபச்சாரிகளே குறைந்தளவு ஏமாற்றமடைபவர்கள் என்பதை இப்போது கண்டுகொண்டேன். ஒரு பெண், மிகக் கொடூரமாகத் துன்பப்படுவதற்கென உருவான ஒரு அமைப்புதான் திருமணச்சடங்கு என்பதையும் அறிந்துகொண்டேன்.

நள்ளிரவு நேரம், தெருக்கள் நிசப்தமாக இருந்தன. நைல் நதியிலிருந்து எழுந்த மென்காற்று வீசிக்கொண்டிருந்தது. இரவின் அமைதியை அனுபவித்தபடி நான் நடந்து

சென்றுகொண்டிருந்தேன். என்னுள் இப்போது எந்த வலியும் இல்லை. என்னைச் சுற்றியிருந்த அனைத்துமே அமைதியில் ஆழ்ந்திருந்தன. மெல்லிய காற்று என் முகத்தை, ஆளரவமற்ற தெருக்களை, வரிசையாக மூடப்பட்டிருந்த ஜன்னல்களை, கதவுகளை வருடிச்சென்றது. பிறரால் புறக்கணிக்கப்பட்டு அதேசமயம், பிறரையும் புறக்கணிக்கும் உணர்வும், இந்த பூமி, வானம், மரங்கள் மற்றும் அனைத்திலும் இருந்தும் விலகியிருக்கும் உணர்வும் மேலோங்கியது. தனதல்லாத சாபலோகம் ஒன்றில் நடந்துசெல்லும் பெண்போல நான் நடந்துசென்றுகொண்டிருந்தேன். இவள் விரும்பியதையெல்லாம் செய்யும் சுதந்திரம் இவளுக்கு இருந்தபோதும் இவளால் அவற்றைச் சுதந்திரமாக செய்ய முடிந்ததில்லை. எவருடனும் எவ்விதப் பற்றுதலும் கொள்ளாமல், அனைத்துடனுமான தன் உறவை முறித்துக்கொண்டு, தனக்கும் உலகத்திற்கும் இருந்த அனைத்துப் பிணைப்புகளையும் அறுத்தெறிந்து, முழுமையான சுதந்திரமடைந்து, அந்தச் சுதந்திரத்தை முழுமையாக அனுபவித்து வாழ்ந்துகொண்டு, எந்தவொரு ஆணுக்கும் திருமண பந்தத்துக்கும் காதலுக்கும் அடிமையாக இல்லாத சுதந்திரத்தை அனுபவித்துக்கொண்டு காலத்திலோ, பிரபஞ்சத்திலோ, வேர்ப்பிடித்து நிற்கும் எந்தவொரு விதிமுறைகளிலிருந்தும் சட்டங்களிலிருந்தும் விலக்குப் பெற்றிருப்பதால் அடையக்கூடிய மிக அரிதான இன்பத்தில் இவள் திளைத்திருக்கிறாள். முதலில்வரும் ஆண், அவளை விரும்பவில்லையெனில் அவள் மற்றொருவனையோ அல்லது வேறொருவனையோகூட தேர்வு செய்துகொள்வாள். ஒரே ஒருவனுக்காக இனிமேலும் இவள் காத்திருக்கப்போவதில்லை. அவன் திரும்பிவரவில்லை என்பதற்காக இனிமேலும் இவள் வருத்தப்படப்போவதில்லை. நம்பிக்கைகள் தரைமட்டமாகி, வேதனைப்படுமளவுக்கு எந்தவொரு எதிர்பார்ப்பையும் இனி, இவள் கொள்ளப்போவதில்லை. இனிமேலும் இவள், எதன்மீதும் நம்பிக்கையோ அல்லது விருப்பமோ கொள்ளப்போவதில்லை. இவளைக் காயப்படுத்தக்கூடிய அனைத்தையும் இவள் முன்னரே கடந்துவிட்டபடியால் இனி எதற்கும் இவள் அஞ்சப்போவதுமில்லை.

இரவை அணைத்துக்கொள்வதற்காக என் கரங்களை அகல விரித்துக்கொண்டேன், முன்னர் எப்போதோ நான் கேட்டிருந்த பாடலொன்றை என் உதடுகள் முணுமுணுக்கத் துவங்கின:

எதன்மீதும் எனக்கு நம்பிக்கையில்லை

எதன்மீதும் எனக்கு விருப்பமில்லை

எதைக்கண்டும் எனக்கு அச்சமுமில்லை

நான் சுதந்திரமானவள்.

ஒரு பிரமாண்டமான, நீண்ட பானட்டையுடைய கார் ஒன்று என்முன் வந்துநின்றது. கார் ஜன்னல்வழியே என்னைப் பார்த்த ஆணைப் பார்த்துச் சிரித்தேன். மெத்தென்ற சொகுசுப் படுக்கையின்மேல் ஒருபக்கத்தில் இருந்து மறுபக்கத்திற்குப் புரண்டேன். ஆனால் எவ்வித முயல்வையும் நான் மேற்கொள்ளவுமில்லை, சுகமோ வலியோ உணரவுமில்லை. மெத்தையில் புரண்டு படுக்கையில் என்னுள் ஒரு சிந்தனை துளிர்த்தது. தமக்கென கொள்கைகளையுடைய புரட்சியாளர்கள் எவரும் மற்றவர்களிடமிருந்து வித்தியாசமானவர்கள் அல்லர். மற்ற ஆண்கள் பணத்தைக்கொண்டு பெற்றுவிடுவதை இவர்கள் புத்திசாலித்தனமாக தம் கொள்கைகளைக் கொண்டு பெற்றுவிடுகின்றனர். விபச்சாரிகளுக்கு உடலுறவு எப்படியோ, அப்படித்தான் புரட்சியாளர்களுக்குப் புரட்சியும். தவறாகப் பயன்படுத்தக்கூடியது. விற்கப்படக்கூடியது.

இப்ராகிமிற்கு திருமணமாகி நான்கு ஆண்டுகள் கழித்து, தற்செயலாக மீண்டும் அவரைச் சந்தித்தேன். என்னுடன், என் அடுக்குமாடிக் குடியிருப்புக்கு வரவிரும்பினார். அவர்மீதிருந்த என் காதல் அப்போதும்கூட தீர்ந்திருக்கவில்லை என்பதால் அதற்கு மறுத்துவிட்டேன். அவரிடம் என்னால் ஒரு விபச்சாரியாக இருக்க முடியாது. மேலும் சில ஆண்டுகள் சென்றதும், மீண்டும் அவர் என்னை வற்புறுத்தினார் என்பதற்காக அவர், என் வீட்டிற்கு வர அனுமதித்தேன். எனக்குரிய பணத்தைக் கொடுக்காமலேயே அவர் கிளம்புவதற்குத் தயாரானார்.

"எனக்குப் பணம் தர மறந்துவிட்டீர்கள்" என்றேன்.

தனது பணப்பைக்குள் இருந்து பத்து பவுண்ட் தாளை நடுங்கும் விரல்களோடு எடுத்து என்னிடம் நீட்டினார்.

"இருபது பவுண்டுகளுக்குக் குறையாமல் நான் பெறுவதில்லை" என்றேன். தொடர்ந்து, "சிலசமயங்களில் அதற்கும் மேலாகவும் வாங்குவேன்" என்றேன்.

மீண்டும் தனது பணப்பைக்குள் கையை விட்டு மற்றுமொரு பத்து பவுண்ட் தாளை எடுத்தார், அப்போதும் அவர் கை நடுங்கியபடியே இருந்தது. உண்மையிலேயே, அவருக்கு என்மீது காதல் என ஏதுமில்லை என்பதையும், காதல் எனும் பெயரால் பணம் தராமலேயே ஒவ்வொரு இரவையும் என்னுடன் இலவசமாகக் கழிக்கவே விரும்பினார் என்பதையும் உணர்ந்துகொண்டேன்.

நான் ஆண்களை வெறுக்கிறேன் என்பதை அறிந்துகொண்டேன். ஆனால் இந்த வெறுப்பை பல ஆண்டுகளாக மிகுந்த எச்சரிக்கையுடன் ரகசியமாகவே வைத்திருந்தேன். அவர்களுள், நான் வாழ்ந்துகொண்டிருக்கும் வாழ்விலிருந்து என்னைகாப்பாற்றுவதாகக் கூறியவர்களையும், எனக்கு அறிவுரை வழங்கியவர்களையும்தான் நான் மிக அதிகமாக வெறுத்தேன். என்னைவிடவும் மேம்பட்டவர்களாகத் தாங்கள் இருப்பதாக அவர்கள் நினைத்துக் கொண்டதாலும், எனது வாழ்வை மாற்றியமைக்க உதவிபுரிபவர்களாகத் தங்களைத் தாங்களே எண்ணிக் கொண்டிருந்ததாலுமே நான் மற்ற ஆண்களைவிடவும் அவர்களை அதிகமாக வெறுத்தேன். வீரதீரமிக்கவர்களாகத் தங்களை தாங்களே அவர்கள் கருதிக்கொண்டனர் - இதே வீரதீரக் கதாபாத்திரத்தை, அது தேவைப்படுகிற மற்ற இடங்களில் ஏற்கத் தவறியவர்களே இவர்கள். நான் கீழ்மையானவள் என எனக்கு நினைவுபடுத்துவதன்மூலம், தங்களைத் தாங்களே உயர்வானவர்களாகவும் உன்னதமானவர்களாகவும் அவர்கள் கருதிக் கொண்டனர் அவர்கள், தமக்குத் தாமே.

“பார், நான் எத்தனை அற்புதமானவனாய் இருக்கிறேன். அந்த வேசியை, அவள் கிடக்கும் அழுக்கிலிருந்து மீட்டெடுக்க நான் முயல்கிறேன்” எனக் கூறிக்கொண்டனர்.

ஆனால் இந்த மீட்பர் அவதாரத்தை அவர்கள் தரித்துக்கொள்ள நான் அனுமதித்ததே இல்லை. தினந்தோறும் என்னை அடித்து உதைத்த ஒரு மனிதனுக்கு என்னை மணம் முடித்து வைத்தபோது, இவர்களில் எவரும் என்னைக் காப்பாற்ற வரவில்லை. காதலில் விழுந்து ஏமாற்றப்பட்டு, என் இதயம் நொறுங்கிக் கிடந்தபோதும் இவர்களில் எவரும் என்னைக் காக்க வரவில்லை. ஒரு பெண்ணின் வாழ்வு எப்போதும் துயர் நிறைந்தது. ஆனால் ஒரு விபச்சாரியின் வாழ்வு ஓரளவு நன்றாகவே இருந்தது. சுயமாக நானெடுத்த முடிவாலேயே இந்த வாழ்வை

நான் தேர்ந்தெடுத்திருந்தேன் என்பது என்வரையில் திருப்தியளிக்கக்கூடிய ஒன்று. என்னைக் காப்பாற்றி தாங்கள் உன்னதர்களாக மாற அவர்கள் எடுத்துக்கொண்ட முயல்வுகளையெல்லாம் நான் நிராகரித்துவிட்டேன். ஒரு விபச்சாரியாகவே தொடர்ந்து வாழ விரும்பியதன்மூலம் மற்ற பெண்களைவிடவும் ஓரளவுக்கு மேம்பட்டதொரு வாழ்வை வாழ்வதற்கான சுதந்திரத்தையேனும் நான் கொண்டிருந்தேன் என்பதை உறுதிப்படுத்தினேன்.

ஒரு விபச்சாரி முதலில் "சரி" என்பாள், பிறகு தன் விலையைக் கூறுவாள். "இல்லை" எனக் கூறினாளானால், அவளால் தொடர்ந்து விபச்சாரியாக நீடிக்கமுடியாது. ஆனால் நானோ, அவ்வப்போது இல்லை எனக் கூறியதாலேயே, நானொரு விபச்சாரியாகப் பார்க்கப்படவில்லை. இதனாலேயே எனது விலையும் ஏறிக்கொண்டேபோனது. ஒரு ஆண், தன்னைத்தானே நிராகரிப்பவனாய் இருக்கிறான். அதனாலேயே ஒரு பெண் அவனை நிராகரிப்பதை அவனால் ஏற்றுக்கொள்ளவே முடிவதில்லை. இந்த இரட்டை நிராகரிப்பை எவராலுமே தாங்கிக்கொள்ள முடியாது. எனவேதான், நான் ஒவ்வொரு முறையும் ஆணிடம் "இல்லை" எனக் கூறும்போது, அவன் என்னை வற்புறுத்தவே செய்வான். எவ்வளவு அதிகமாய் என் விலையை நான் உயர்த்தினாலும் அதைத் தர அவன் தயாராகவே இருப்பான். ஏனெனில், ஒரு பெண்ணால் நிராகரிக்கப்படுவதை அவனால் தாங்கிக்கொள்ளவே முடியாது.

நானொரு வெற்றிகரமான விபச்சாரியாக உருவானேன். மிக உயர்ந்த விலை எனக்கு வழங்கப்பட்டது, பெரும் பதவிகளில் இருந்த மனிதர்கள்கூட எனக்காகத் தமக்குள்ளே போட்டியிட்டுக் கொண்டனர். ஒருநாள், வெளிமாநிலத்தைச் சேர்ந்த மிக முக்கிய அரசியல் பிரமுகர் ஒருவர் என்னைப்பற்றி கேள்விப்பட்டு, எனக்குத் தெரிவிக்காமலேயே என்னைச் சந்திப்பதற்கான சகலவிதமான ஏற்பாடுகளையும் செய்திருந்தார். என்னை அவர், உடனடியாக அழைத்துவரச் சொல்லியிருந்தார். நான் செல்ல மறுத்துவிட்டேன். தமக்குள்ளேயே எப்போதும் ஒரு தோல்வியைச் சுமந்தலையும் இத்தகைய வெற்றிகரமான அரசியல்வாதிகளால் மற்றவர்களின் முன்னிலையில் தமக்கு நிகழும் ஒரு நிராகரிப்பை ஏற்றுக்கொள்ளவே முடியாது என அறிவேன். ஒரு மனிதனால் இரட்டைத் தோல்வியை எதிர்கொள்ளவே முடியாது. தொடர்ந்து அதிகாரத்தைக் கைப்பற்ற அவர்கள் மேற்கொள்ளும் முயற்சிகளுக்கான அடிப்படைக்

காரணமும் இதுவே. மற்றவர்களை ஆளும் அதிகாரம் அவர்களுக்கொரு மேலாதிக்க உணர்வைத் தருகிறது. தமது தோல்விகளையும்மீறி இந்த வெற்றியை அவர்கள் கொண்டாடுகிறார்கள். தாம் உள்ளுக்குள் எத்தனை வெறுமையாக உள்ளோம் என்பதை இந்த ஆதிக்கத்தின்மூலம் அவர்கள் மறைத்துக் கொள்கிறார்கள் என்பதாலேயே, அந்த வெற்றி தம்மைச்சுற்றிலும் நிறையச் செய்கிறார்கள். உண்மையில், இதற்காக மட்டும்தான் அவர்கள் நிறைய அக்கறையும் படுகிறார்கள்.

என் நிராகரிப்பு, என்னை அடைந்தே தீரவேண்டும் எனும் பெரும் உந்துதலை அவருக்கு உண்டாக்கிவிட்டிருந்தது. இதற்காக, காவல்துறை அதிகாரி ஒருவரை தூது அனுப்பினார். ஒவ்வொருமுறையும் அந்த அதிகாரி வெவ்வேறுவிதமாக என்னை அணுகிச் சம்மதம்பெற முயன்றார். ஆனால் நான் தொடர்ந்து மறுத்துவந்தேன். ஒருமுறை, அவர் எனக்குப் பணம் கொடுத்தார். மறுமுறையோ, என்னைச் சிறையில் அடைக்கப்போவதாக மிரட்டினார். மூன்றாவது முறையோ, ஒரு வெளிமாநிலத் தலைவரை மறுப்பதென்பது அத்தனைப் பெரிய மனிதருக்கு நான் இழைக்கும் பெரும் அவமதிப்பு எனவும், இதனால் இரு நாடுகளுக்குமிடையே உள்ள உறவில் விரிசல் உண்டாகலாம் எனவும்கூட கூறினார். தொடர்ந்து, நான் எனது நாட்டை உண்மையிலேயே விரும்புகிறேனெனில், நானொரு தேசப்பற்றாளர்தானெனில், உடனடியாக அவரிடம் செல்லவேண்டும் என்றார். எனது நாடு, இதுவரை எனக்கு எதையுமே தந்ததில்லை என்பதோடு, எனது கௌரவம், மதிப்பு உட்பட அனைத்தையும் பிடுங்கியும் கொண்டது. எனவே, தேசப்பற்றைப் பற்றி எனக்கு ஒன்றும் தெரியாது என அந்தக் காவல்துறை அதிகாரியிடம் கூறினேன். நான் கூறியதைக் கேட்டதும், தனது தார்மீகப் பெருமையே ஆட்டம்கண்டதைப்போல அவர் அதிர்ச்சியடைந்து நிற்பதைக் கண்டேன். எப்படி ஒருவரால் தனது தேசத்தின்மீது பற்றற்று இருக்கமுடியும்? அவரது இந்தக் கேலிக்குரிய தோரணையை, அவரது ஆளுமையில் இருந்த முரண்பாட்டை, நீதிநெறி வரையறையில் அவர் கொண்டிருந்த இரட்டைத்தன்மையைக் கண்டு நான் வாய்விட்டுச் சிரிக்க நினைத்தேன். எந்தவொரு விபச்சாரத் தரகரும் செய்வதைப்போலவே இவரும் ஒரு விபச்சாரியை அந்த முக்கிய ஆளுமையின்

படுக்கைக்கு அழைத்துச்செல்லத்தான் வந்திருக்கிறார். எனினும் தேசப்பற்றுகுறித்தும் நன்னெறிக் கோட்பாடுகள்குறித்தும் கண்ணியம்மிக்க தொனியில் பேசிக் கொண்டிருக்கிறார். ஆனால், தனக்கு இடப்படும் எந்தவொரு ஆணையையும் தேசத்திற்காகத்தான் ஆற்றவேண்டிய புனிதமான கடமையைப்போல சிரமேற்கொண்டு செய்யவேண்டும் என்பதாலேதான், இந்தக் காவல்துறை அதிகாரியும் தனக்கிடப்பட்ட ஆணையை நிறைவேற்றுகிறார் என்பதையும் நான் அறிந்தேயிருந்தேன். என்னை சிறைக்குள் தள்ளுகிறாரோ அல்லது நாட்டின் முக்கியப்புள்ளியின் படுக்கையறைக்குள் அழைத்துச்செல்கிறாரோ, அவருக்கு இரண்டுமே ஒன்றுதான். இரு காரியங்களிலுமே, நாட்டிற்கான தன் புனிதமான சேவையைத்தான் நிறைவேற்றுகிறார். தேசத்திற்கான கடமை என வரும்போது, ஒரு விபச்சாரிக்கும்கூட உயரிய மரியாதைகள் வழங்கப்பட்டுவிடுகின்றன, கொலையும்கூட வீரதீரச் செயலாக உருமாறிவிடுகிறது.

இத்தகைய மனிதரிடம் செல்ல நான் மறுத்துவிடுவதுண்டு. இந்த நாட்டின் நிலப்பரப்பு முழுவதும் அவர்களின் ஆளுகைக்கு உரியதாக இருக்கலாம். ஆனால் என்னுடல், எனது தனிப்பட்ட சொத்தாகும். இதேபோன்ற முக்கிய ஆளுமை ஒருவரை நான் நிராகரித்த மற்றொரு சம்பவத்தில் என்னைக் கைது செய்து சிறையில் அடைத்தனர். மிகப் பிரபலமான வழக்கறிஞர் ஒருவரை, மிகப்பெரிய தொகை கொடுத்து எனக்காக வாதிட அமர்த்திக்கொண்டேன். வெகுவிரைவிலேயே, எவ்வித அபராதக் கட்டணமும் இன்றி சிறையிலிருந்து விடுவிக்கப்பட்டேன். நான் கௌரவம் மிக்க பெண்மணி என நீதிமன்றம் தீர்ப்பளித்தது. ஒருவருடைய கௌரவத்தைக் காக்கபெருமளவிலான பணம் தேவைப்படுகிறது, ஆனால் கௌரவத்தை இழக்காமல் அந்தப் பெரும் பணத்தை ஈட்டமுடியாது என்பதை அறிந்துகொண்டேன். என்னை மேலும் கீழுமாகத் தள்ளி அலைக்கழிக்கும் வளையமொன்று பேய்த்தனமாக சுற்றிச்சுற்றி வந்தது.

ஒரு பெண்ணாக எனது நேர்மைகுறித்தோ, கௌரவம்குறித்தோ கணநேரம்கூட நான் சந்தேகம்கொண்டதில்லை. எனது இந்தத் தொழிலே ஆண்களால்தான் உருவாக்கப்பட்டது என்பதையும், பெண்களாகிய எங்களின் இப்பூலோக வாழ்வையும்,

மேலுலக வாழ்வையும் ஆண்கள்தான் கட்டுப்படுத்துகின்றனர் என்பதையும் நான் அறிந்தே இருந்தேன். ஏதேனும் ஒரு விலைக்கு பெண்கள், தங்கள் உடலை விற்கச் செய்கின்றனர், மேலும் இவ்வுலகிலேயே மனைவியின் உடலுக்குத்தான் மிகவும் குறைவாக விலை நிர்ணயிக்கப்பட்டுள்ளது. அப்படிப் பார்த்தோமானால், அனைத்துப் பெண்களுமே ஏதோவொருவகையில் விலைமகளிர்தான். நானொரு புத்திசாலிப் பெண்ணாக இருந்த காரணத்தினாலேயே அடிமை மனைவி வாழ்வை தேர்ந்தெடுக்காமல், சுதந்திரம் மிக்க விபச்சாரியாக வாழ்ந்திட முடிவுசெய்தேன். பெரும் கட்டணத்தைப் பெற்றுக்கொண்டே ஒவ்வொருமுறையும் என்னுடலைத் தந்தேன். எனது துணிகளைத் துவைக்கவும், காலணிகளைச் சுத்தம்செய்யவும் எத்தனை வேலைக்காரர்களை வேண்டுமானாலும் பணிக்கு அமர்த்திக்கொண்டேன், எனது கௌரவத்தைக் காப்பாற்றிக்கொள்ள, எவ்வளவு விலையுயர்ந்த வக்கீலையும் எனக்காக வாதிட அமர்த்திக்கொண்டேன், கருக்கலைப்புக்காக மருத்துவர்களுக்குப் பணம் கொடுத்தேன், செய்தித்தாள்களில் என்னைப்பற்றி எழுதி எனது புகைப்படத்தைபிரசுரிப்பதற்காக பத்திரிகை நிருபர் ஒருவரையும் என்னால் விலைக்கு வாங்க முடிந்தது. எல்லோருக்கும் ஒரு விலை உள்ளது, எல்லா தொழிலுக்கும் ஒரு ஊதியம் உள்ளது. தொழில் எத்தனை மதிப்பிற்குரியதாக இருக்கிறதோ அத்தனை அதிகமாக ஊதியம் அளிக்கப்படுகிறது. சமூக ஏணியில் ஒருவர் மேலேறும்போது அவருடைய விலையும் ஏறிவிடுகிறது. ஒருமுறை, சமூகநல அமைப்பு ஒன்றிற்காக நான் கொஞ்சம் பணத்தை நிதியாக அளித்தேன். உடனே செய்தித்தாள்கள் என் புகைப்படத்தை வெளியிட்டு, சமூக அக்கறைகொண்ட மாதிரிக் குடிமகளாக என்னைச் சித்தரித்து போற்றிப் பாடியிருந்தன. அந்த நொடியிலிருந்து, எப்போதெல்லாம் எனக்கு கௌரவமோ, புகழோ தேவைப்பட்டதோ அப்போதெல்லாம் என் வங்கிக் கணக்கிலிருந்து கொஞ்சம் பணத்தை அதற்காகச் செலவழித்தாலே போதுமானதாக இருந்தது.

ஆனால் பணத்தை மோப்பம் பிடிக்கும் சக்தி ஆண்களின் மூக்குகளுக்கு உண்டு. ஒருநாள் ஒரு ஆண், என்னிடம் வந்து தன்னை திருமணம் செய்துகொள்ளும்படி வேண்டினான். நான் மறுத்தேன். எனது கணவனின் காலணிச் சுவடுகள் இப்போதும் என் உடலில் உண்டு. மற்றுமொருவன், என் காதலைப் பெறவேண்டி வந்தான்,

அவனையும் புறக்கணித்தேன். பழைய காதல் வலியின் அடையாளங்கள் இன்னமும் என்னுள்ளே இருந்தது.

இப்படியாக, ஆண்களிடமிருந்து தப்பித்துவிட்டேன் எனத்தான் எண்ணியிருந்தேன், ஆனால் இம்முறை வந்தவன், ஆண்களுக்கான பிரபல தொழிலொன்றை நடத்தி வந்தவன். அவனொரு விபச்சாரத் தரகன். காவலர்களை விலைகொடுத்து வாங்கியதைப்போலவே இவனையும் வாங்கிவிடலாம் என எண்ணியிருந்தேன். ஆனால் அவன், நான் கொடுத்த பணத்தை மறுத்துவிட்டான். அதற்குப்பதிலாக என் வருமானத்தில் பங்கு கேட்டான்.

"மற்ற விபச்சாரத் தரகர்களிடமிருந்தும் காவலர்களிடமிருந்தும் தங்களைக் காப்பாற்றிக்கொள்ள அனைத்து விபச்சாரிகளுமே தங்களுக்கென தரகர்களை வைத்துள்ளனர். நானும் உனக்கு அதையே செய்வேன்" என்றான்.

"என்னை நானே பாதுகாத்துக் கொள்வேன்" என்றேன்.

"இந்த உலகில் எந்தவொரு பெண்ணாலும் தன்னைத்தானே பாதுகாத்துக்கொள்ள முடியாது."

"எனக்கு, உன் பாதுகாப்பு தேவையில்லை."

"பாதுகாப்பு இல்லாமல் உன்னால் எதுவும் செய்யமுடியாது. இல்லையெனில் கணவன்மார்களாலும் விபச்சாரத்தரகர்களாலும் நடத்தப்படும் இந்தத் தொழில் மடிந்து போகும்."

"உன் மிரட்டல்கள் என்னை ஒன்றும் செய்யாது."

"நான் உன்னை மிரட்டவில்லை, உனக்கு கொஞ்சம் அறிவுரை வழங்குகிறேன், அவ்வளவுதான்."

"உன் அறிவுரையை நான் ஏற்கவில்லையெனில்?"

"அப்போது, உன்னை நான் மிரட்ட வேண்டியிருக்கும்."

"உன்னால் என்னை எப்படி மிரட்டமுடியும்."

"எனக்கென சிலமுறைகள் உள்ளன. ஒவ்வொரு கலைக்கும் ஒவ்வொரு கருவி உள்ளதைப்போல."

நான் காவல்துறையில் முறையிட்டேன். ஆனால் காவல்துறையில் என்னைவிடவும் அதிகத் தொடர்புகளை அவன் கொண்டிருந்தான். பின்னர் சட்டரீதியாக இவனை அணுக முயன்றேன். ஆனால் என்னைப் போன்ற

பெண்களை தண்டிக்கத்தான் சட்டம் இருக்கிறதேயன்றி, ஆண்களை அது கண்டுகொள்வதே இல்லை.

'மர்சோக்' என அழைக்கப்படும் இந்த விபச்சாரத்தரகன், அவனிடமிருந்து தப்பிக்க வழியின்றி நான் அல்லாடுவதைக் கண்டு தொலைவில் இருந்தபடியே சிரித்தான். ஒருநாள், நான் வீட்டிற்குள் நுழைவதைக் கண்டு, என்னைத் தொடர்ந்து உள்ளேவரமுயன்றான், கதவை மூட முயன்றேன். ஆனால் தன் கையில் இருந்த கத்தியைக் காட்டி என்னை மிரட்டி உள்ளே புகுந்தான்.

"உனக்கு என்னதான் வேண்டும்?" எனக் கேட்டேன்.

"மற்ற ஆண்களிடமிருந்து உன்னைக் காக்க விரும்புகிறேன்" என்றான்.

"ஆனால் உன்னைத்தவிர வேறு எவரும் எனக்குத் தொல்லை தருவதில்லை."

"நானில்லையெனில் வேறு எவரேனும் உனக்குத் தொல்லை கொடுக்க வரத்தான் செய்வர். விபச்சாரத் தரகர்கள் எங்கும் நிறைந்துள்ளனர். என்னை நீ திருமணம் செய்துகொள்ள விரும்பினால், அதற்கும் நான் தயாராகவே இருக்கிறேன்."

"நீ என்னை திருமணம் செய்துகொள்ளவேண்டிய அவசியமில்லை. நான் சம்பாதிப்பதை எடுத்துக்கொள், அதுவே போதும். என் உடலாவது என்னுடையதாக இருக்கட்டும்."

'வெற்றிபெற்ற ஒரு தொழிலதிபரைப் போல' நான் தொழில்புரிகிறேன். எனது மூலதனம் பெண்களின் உடல்கள். எனவே, தொழிலையும் காதலையும் நான் குழப்பிக்கொள்ள மாட்டேன்" என்றான்.

"காதலைப் பற்றி உனக்கு ஏதாவது தெரியுமா?"

"காதலைப் பற்றி தெரியாதவர் எவரேனும் இவ்வுலகில் இருக்கமுடியுமா என்ன?"

"ஒருமுறைகூட நீ காதற்வயப்பட்டதே இல்லையா?"

"காதலித்திருக்கிறேன்."

"இப்போதுமா?"

"அது முடிந்துபோன கதை, அதில் இப்போது எதுவும் மிச்சமில்லை. நீ?..." என்றேன்.

"என் காதல் இன்னும் சாகவில்லை."

"அட பரிதாபமே! மிக வருத்தத்திற்குரியவன் நீ!"

"அதை மறந்துவிட முயன்றேன், ஆனால் முடியவில்லை."

"யாரைக் காதலித்தாய்? ஆணையா, பெண்ணையா? பொதுவாக, விபச்சாரத் தரகர்கள் ஆண்களைத்தானே விரும்புவர்."

"பெண்ணைத்தான் காதலித்தேன்."

"உன்னுடன் அவளை வைத்துக்கொண்டிருக்கிறாயா?"

"அவளுக்காக நான் அனைத்தையும் தருகிறேன். என் பணம், என் மனம், என் உடல், என் ஆன்மா, என் சக்தி என அனைத்தையும் தருகிறேன். இருந்தபோதும் அவளை என்னால் திருப்திப்படுத்த முடியவில்லை. அதனால்தான் அவள் வேறொரு ஆணைக் காதலிக்கிறாள்."

"நீ மிகவும் பரிதாபகரமானவன்."

"காதல் என வரும்போது அனைவருமே பரிதாபமானவர்கள்தான்" என்றவன், என் கண்களை நேராகப் பார்த்து, "நீயொரு கற்பனை உலகத்தில் வாழ்கிறாய். பிரகாசமாக ஒளிர்ந்த உன் ஆன்மாவை காதல் எப்படிச் சுக்குநூறாக நொறுக்கிவிட்டிருக்கிறது என்பதை உன் கண்களில் பார்க்கமுடிகிறது" என்றான்.

"காதல் விழிகளை மின்னச் செய்யும், அதன் ஒளியை மங்கச் செய்யாது."

"நீ பரிதாபத்திற்குரியவள். காதற்வயப்படுவது என்றால் என்ன என உனக்குத் தெரியவில்லை. நான் அதை உனக்குக் கற்பிக்கப் போகிறேன்."

என்னை அவன் பக்கமாக இழுக்க முயன்றான். ஆனால் அவனைத் தள்ளிவிட்டேன்.

"தொழிலோடு, காதலை நான் குழப்பிக் கொள்வதில்லை." என்றேன்.

"இது காதல் என யார் சொன்னது. இதுவும் நம் தொழிலில் ஒரு பகுதிதான்."

"இது சாத்தியமேயில்லை."

"சாத்தியமில்லை என்னும் சொல்லே என் அகராதியில் கிடையாது."

அவனது கரங்களால் என்னைச் சுற்றி வளைத்துக்கொண்டான். எனது முலைகளின்மீது அதே பழக்கமான பாரத்தை உணர்ந்தேன். ஆனால் என் உடல் என்னிடமிருந்து விலகிக்கொண்டது. செயலற்ற, உயிரற்றதொரு பிண்டம்போல, சரணடைய மறுத்து, தோல்வியடைய விரும்பாது அங்கு என்னுடல் கிடந்தது. என்னுடலின் இந்த செயலற்றதன்மை ஒருவகையான எதிர்ப்பேயாகும். சுகமோ, வலியோ உணர மறுக்கும் விசித்திரமானதொரு திறனைக் கொண்டிருந்த என்னுடல், எனது தலையிலோ அல்லது உடலிலோ இருந்த ஒற்றை ரோமத்தைக்கூட அவனுக்காக அசைத்துக் கொடுக்கவில்லை.

இப்படியாக, நான் சம்பாதித்த அனைத்திலிருந்தும் அவன் தன் பங்கை எடுத்துக்கொண்டான். உண்மையில், அதன் பெரும்பகுதியை அவன் என்னிடமிருந்து பறித்துக்கொண்டான். ஆனால் அவன் என்னருகே வரும் ஒவ்வொருமுறையும் அவனை விலக்கித் தள்ளிவிடுவேன்.

"இது சாத்தியமில்லை. உன் முயற்சி வீண்." என்பேன்.

இதைக்கேட்டதும், அவன் என்னை அடிப்பான். அவன், என்னை அடிக்கும் ஒவ்வொருமுறையும், "சாத்தியமில்லை எனும் சொல்லே என் அகராதியில் கிடையாது" என, மீண்டும் மீண்டும் சொல்லியபடியேதான் அடிப்பான்.

என்னோடு சேர்த்து பல விபச்சாரிகளையும் தன் கட்டுப்பாட்டிற்குள் வைத்திருந்த ஒரு அபாயகரமான விபச்சாரத்தரகன் அவன் என்பதை அறிந்துகொண்டேன். ஒவ்வொரு துறையிலும், ஒவ்வொரு தொழிலிலும் அவனுக்கு நண்பர்கள் இருந்தனர். அவர்களுக்காக அவன், பணத்தைத் தாராளமாக செலவுசெய்தான். தனது கட்டுப்பாட்டிற்குள் இருந்த விபச்சாரிகள் எவரேனும் கருவுற்றால், அவர்களுக்கு கருக்கலைப்பு செய்வதற்கென்று ஒரு மருத்துவ நண்பன் அவனுக்கு இருந்தான், காவல்துறையினரின் அதிரடிச் சோதனைகளில் இருந்து அவனைக் காக்கவென ஒரு காவல்துறை நண்பன் அவனுக்கு இருந்தான், அவனுடைய விபச்சாரிகளில் எவரேனும் சிறைச்சாலை செல்ல நேரிட்டால், அவளால் அவனுக்கு வரக்கூடிய வருமானம் பாதிக்காவண்ணம் அவளைக் கூடியசீக்கிரம் விடுவிக்கவென தன் அறிவையும் பதவியையும் உபயோகிக்கக்கூடிய நீதிமன்ற வக்கீல் ஒருவன் அவனுக்கு நண்பனாக இருந்தான்.

இதுநாள்வரை நான், மிகச் சுதந்திரமானவள் என என்னை நானே கருதியிருந்தேன். ஆனால் இனி, அவ்வாறு நான் இருக்க முடியாது. இரவும் பகலும் உடலால் உழைக்கும் ஒரு இயந்திரம்போல் நான் ஆனேன், என்னைப் பயன்படுத்தி பல்வேறு துறைகளையும் சேர்ந்த பல ஆண்களும் செல்வந்தர்களாகிக் கொண்டிருந்தனர். எனது உழைப்பையும் வியர்வையையும் கொட்டி நான் சொந்தமாக்கிக் கொண்டிருக்கும் என் இல்லத்தின் எஜமானியாகக்கூட என்னால் நீடிக்க முடியவில்லை.

ஒருநாள், "இப்படியே இது தொடரவிடக்கூடாது" என எனக்கு நானே கூறிக்கொண்டேன்.

எனது சான்றிதழ்களை என் சிறிய பைக்குள் திணித்துக்கொண்டு அங்கிருந்து கிளம்பத் தயாரானேன், எங்கிருந்தோ திடீரென அவன் என்னெதிரே தோன்றினான்.

"எங்கே செல்கிறாய்?" எனக் கேட்டான்.

"நான் வேலை தேடப் போகிறேன். என்னிடம் இப்போதும் என் மேல்நிலைக்கல்விச் சான்றிதழ் உள்ளது" என்றேன்.

"இப்போது, நீ வேலை செய்யவில்லை என யார் சொன்னது?"

"நான் செய்யப்போகும் வேலையை நானே தேர்வுசெய்ய விரும்புகிறேன்."

"தான் விரும்பிய வேலையை தானே தேர்வுசெய்யும் உரிமை இவ்வுலகில் எவருக்குமே இல்லை."

"யாருடைய அடிமையாகவும் இருக்க எனக்கு விருப்பமில்லை."

"இவ்வுலகில் எவருக்கும் அடிமையாக இல்லாமல் வாழ்பவர் யார் இருக்கிறார்கள்? இரண்டுவகை மக்கள்தான் இவ்வுலகில் வாழ்கிறார்கள் பிர்தவ்ஸ். எஜமானர்கள் மற்றும் அடிமைகள்."

"அப்படியானால், நான் எஜமானராக இருக்கவே விரும்புகிறேன், அடிமையாக அல்ல."

"நீயெப்படி எஜமானராக முடியும்? தனியொரு பெண், அதுவும் ஒரு விபச்சாரி எஜமானராகவே முடியாது. சாத்தியமில்லாத ஒன்றை அடைய நீ விரும்புகிறாய் என உனக்கே தெரியவில்லையா?"

"சாத்தியமில்லை எனும் சொல்லே என் அகராதியில் இல்லை" என்றேன்.

கதவைத் திறந்துகொண்டு வெளியே செல்ல முயன்றேன். ஆனால் அவன் மீண்டும் என்னை உள்ளே தள்ளி கதவைச் சாத்தினான்.

அவனுடைய கண்களைப் பார்த்து, "நான் போக வேண்டும்" என்றேன்.

என்னை முறைத்தான். "நீ போகக்கூடாது" என முணுமுணுத்தான்.

இமைகொட்டாமல் அவனையே முறைத்துப் பார்த்துக்கொண்டிருந்தேன். ஒரு பெண், ஒரு ஆணை வெறுப்பதைப்போல, ஓர் அடிமை ஒரு எஜமானனை வெறுப்பதைப் போலத்தான் நான் அவனையும் வெறுத்தேன். ஒரு எஜமானன், தன் அடிமையைக் கண்டு அஞ்சுவதைப்போல, ஒரு ஆண் ஒரு பெண்ணைக்கண்டு அஞ்சுவதைப் போலத்தான் அவனும் என்னைக் கண்டு அஞ்சினான். ஆனால் அந்த அச்சம் ஒரு நொடிநேரம்தான் நீடித்தது. உடனடியாக, ஒரு எஜமானனின் ஆணவப்போக்கும், எதைக்கண்டும் அஞ்சாத ஆணின் வெறிகொண்ட பார்வையும் அவனிடம் மீண்டும் திரும்பிவந்தது. கதவின் தாழ்ப்பாளை விலக்க முயன்றேன். ஆனால் அவன், தனது கையை உயர்த்தி என்னை அறைந்தான். அவனைவிடவும் அதிக உயரத்திற்கு என் கையை உயர்த்தி, அவன் முகத்தில் வலுவுடன் இறக்கினேன். அவன் விழிகள் சிவந்தன. அவன், தனது சட்டைப்பையில் எப்போதும் ஒரு கத்தியை வைத்திருப்பான். அதைநோக்கி அவன் கை விரைந்தது. ஆனால் அவனைவிடவும் விரைவாக என் கை சென்று அதை எடுத்துக்கொண்டது. கத்தியை உயர்த்தி நேராக அவனது கழுத்தில் அதைப் புதைத்தேன், கழுத்திலிருந்து அதை உருவியெடுத்து, அவனது நெஞ்சில் ஆழமாகக் குத்தினேன், நெஞ்சிலிருந்து அதை உருவியெடுத்து அவனது வயிற்றில் ஓங்கிக் குத்தினேன். அவன் உடலின் அனைத்துப் பாகங்களிலும் கத்தியைச் சொருகியெடுத்தேன். கத்தியை அவனது சதைகளில் குத்தும்போதும், மீண்டும் அதை உருவியெடுக்கும்போதும் என் கை எத்தனை இலகுவாக செயல்புரிந்தது என்பதைக் கண்டு நானே வியந்தேன். இதற்குமுன்னர், இத்தகைய ஒரு காரியத்தை நான் செய்ததேயில்லை என்பது எனக்கு மேலும் ஆச்சரியத்தை அளித்தது. என் மனதில்

ஒரு கேள்வி துளிர்த்தது. நான், ஏன் இதற்குமுன்னர் எந்தவொரு ஆணையும் கத்தியால் குத்திக்கிழிக்கத் துணியவில்லை? ஏனெனில், இத்தனைநாளும் நான் அஞ்சுபவளாக இருந்திருக்கிறேன், அவனது விழிகளில் அந்தக் கணநேர அச்சத்தைக் காணும்வரையிலும் நான் அச்சம்கொள்பவளாகத்தான் வாழ்ந்திருக்கிறேன்.

கதவைத் திறந்துகொண்டு தெருவில் இறங்கி நடந்தேன். இத்தனைநாளும் என்னுள் தேங்கிக்கிடந்த அச்சம்தான் என்னுடலின் எடையை அதிகரித்திருந்தது என்பதைப் போல, என்னுடல் இப்போது ஒரு இறகைப்போல அத்தனை லேசாக இருந்தது. இத்தனை காலமும், ஒன்றன்பின் ஒன்றாக, எனது விழிகளின்மீது விழுந்துகொண்டிருந்த ஒளியே கற்பனையான ஒன்றுதான் என்பதையுணர்ந்து என்னைச் சூழ்ந்திருந்த இருளைக்கண்டு வியந்தேன். நைல்நதிக்குள் ஏதோ மாயம் ஒளிந்திருக்கிறதுபோலும். நதியில்இருந்து வீசிய காற்று புத்துணர்வோடும், உற்சாகமூட்டுவதாயும் இருந்தது. உண்மை முகங்களை மறைத்திருந்த அனைத்து முகமூடிகளையும் நொறுக்கி அழித்துவிட்ட பெருமித உணர்வு பொங்க, எனது முகத்தை வானோக்கி உயர்த்தி, தெருவில் நடந்துசென்றேன். நடைபாதையில் உறைந்துகிடந்த அமைதியை நொறுக்கி, தாளலயத்துடன் என் காலடிச்சத்தம் ஒலித்தது. எதற்கோ அஞ்சி விரைபவளைப்போல என் நடை வேகமாகவும் இல்லை அதேசமயம், மிக மெதுவாகவும் இல்லை. தன்மேல் மட்டும் நம்பிக்கை கொண்டிருக்கும் ஒருத்தி, தான் எங்கு செல்லவேண்டும் என்பதையறிந்து, அந்த இலக்கை நோக்கி விவேகத்துடன் நடைபோடுவதுபோல் என் நடை இருந்தது. பெண்மையின் வளைவுகளைக் கொண்ட பாதத்துடன், மென்மையாக, ஒரு ரோமம்கூட இல்லாத இறுக்கமான சருமத்துடன், உருண்டுதிரண்டிருந்த கால்களில் வலுவான, உயர்ந்த குதிகால்களையுடைய விலையுயர்ந்த தோல் காலணிகளை அணிந்திருந்த ஒருத்தியின் காலடிகளாக அவை இருந்தன.

என்னை எவராலும் எளிதாக அடையாளம் காண முடியவில்லை. கௌரவமான, உயர்குலப் பெண்ணைப்போலவே நான் தோற்றமளித்தேன். பணக்காரர்களுக்கு மட்டும் சிகையலங்காரம் செய்துவிடும் ஒப்பனைக் கலைஞரால்தான் என் கேசமும் அலங்கரிக்கப்பட்டிருந்தது. மரியாதைமிக்க மகளிர், தமது காம உணர்வை முழுமையாக மறைக்காமலும்

அதேசமயம், முழுமையாக வெளிக்காட்டாதவகையிலும் உதட்டுச்சாயம் பூசிக்கொள்வதைப்போலவேதான் நானும் பூசிக்கொண்டிருந்தேன். கவர்ச்சியுடன்கூடிய ஈர்ப்பையோ அல்லது ஆத்திரத்துடன்கூடிய விலகலையோ எடுத்துரைக்கும்வண்ணம் என் விழிகள் தீர்க்கமான கோடுகளுடன் தீட்டப்பட்டிருந்தன. அரசாங்கத்தில் உயரிய பதவியில் இருந்த அதிகாரியொருவரின் உயர்குல மனைவியைப் போன்றே நான் தோற்றமளித்தேன். ஆனால் நடைபாதையில் ஒலித்த தீர்க்கமான, நம்பிக்கை தெறிக்கும் என் காலடிச்சத்தமோ நான் எவருடைய மனைவியுமல்ல என்பதைப் பறைசாற்றியது.

காவல்துறையினர் பலரையும் கடந்து சென்றேன். ஆனால் அவர்களுள் ஒருவராலும்கூட நான் யார் என்பதைக் கண்டுபிடிக்க முடியவில்லை. ஒருவேளை, நானொரு இளவரசி என்றோ, ராணி என்றோ அல்லது பெண் தெய்வம் என்றோ அவர்கள் எண்ணியிருக்கக்கூடும். இவர்களைத் தவிர, வேறு எந்தப் பெண்ணால் தன் தலையை இத்தனை உயர்த்தி நடக்கவியலும்? யாருடைய காலடிகள் இத்தனை தீர்க்கமாக ஒலிக்கும்? நான் கடந்துபோகும்போது அனைவரும் என்னைப் பார்த்தனர், அவர்களின் காமம் ததும்பும் பார்வைகளுக்கு சவால் விடுவதைப்போல நேர்கொண்ட பார்வையுடன் நடந்தேன். எனது காலடிகள் உறுதியாக ஒலிக்க, நான் அமைதியாக நடந்துசென்றேன். என்னைப்போன்ற பெண்ணொருத்தி தடுமாறி விழுந்தால், உடனே கழுகு தன் இரைமீது பாய்வதைப் போல அவள்மீது பாய்ந்திட அவர்கள் அனைவரும் காத்திருந்தனர் என்பதையும் நான் அறிந்தேயிருந்தேன்.

தெருவின் திருப்பத்தில் சொகுசுக் காரொன்று நிற்பதைக் கண்டேன். அதன் ஜன்னல்வழியே ஒரு ஆணின் தலை வெளிப்பட்டது, என்னைக்கண்டு அவனது நா வெளியே தொங்குவதைப் போல தோன்றியது. காரின் கதவைத் திறந்துவிட்டபடியே,

"என்னோடு வா" என்றான், அவன்.

"முடியாது" என மறுத்தேன்.

"நீ கேட்கும் விலையைத் தருகிறேன்."

"முடியாது" என, மீண்டும் கூறினேன்.

"என்னை நம்பு, உனக்கு என்ன வேண்டுமாயினும் தருகிறேன்."

“உன்னால் நான் கேட்கும் விலையைத் தரமுடியாது, அது மிக அதிகம்.”

“என்னால் எந்த விலையையும் கொடுக்க முடியும். நானொரு அரேபிய இளவரசன்.”

“நானொரு இளவரசி.”

“நான் உனக்கு ஆயிரம் பவுண்ட்கள் தருகிறேன்.”

“முடியாது.”

“அப்படியானால், இரண்டாயிரம் தருகிறேன்.”

நான் அவன் கண்களை உற்றுப்பார்த்தேன். அவற்றுள் ஏதோவொரு பயம் மறைந்திருந்தது என்பதாலேயே அவன் நிச்சயமாக ஓர் இளவரசனாகவோ அல்லது நாட்டை ஆளும் குடும்பம் ஏதோவொன்றைச் சேர்ந்தவனாகத்தான் இருக்கவேண்டும் என்பதை உறுதிப்படுத்திக் கொண்டேன்.

“மூன்றாயிரம்.” என்றேன்.

“தருகிறேன்.”

ஆடம்பரமான படுக்கையொன்றின்மீது படுத்து, என் கண்களை மூடிக்கொண்டேன். என்னுடல் என்னைவிட்டு நழுவிச்சென்றது. அப்போதும்கூட என்னுடல் இளமையோடும் வீரியத்துடனும் இருந்தது. எதையும் எதிர்க்கவல்ல சக்திவாய்ந்ததாகவும், எதிலிருந்தும் விலகிச்செல்லும் பலம் வாய்ந்ததாகவும் என்னுடல் இருந்தது. பல ஆண்டுகளாக மறைக்கப்பட்ட வாழ்வைச் சுமந்திருப்பதால் பாரமேறிப் போயும், தேங்கிக்கிடக்கும் வியர்வையால் ஊதிப்போயுமிருந்த அவனது உடல், என் முலைகளின்மீது அழுந்துவதை உணர்ந்தேன். தனது தேவையையும் மீறி பேராசையுடன், பல்வேறு ஆண்டுகளாக அவன் தொடர்ந்து தின்றிருந்த உணவு, அவனது உடலை சதையால் நிறைத்திருந்தது. ஒவ்வொரு அசைவின்போதும்,

“உனக்குச் சுகமாக இருக்கிறதா?” எனும் முட்டாள்தனமான கேள்வியைத் தொடர்ந்து கேட்டபடியே இருந்தான்.

எனது கண்களை மூடிக்கொண்டு, “ஆம்” என்றேன்.

இந்தப் பதிலைக் கேட்ட ஒவ்வொருமுறையும் மகிழ்ச்சியடைந்த அந்த முட்டாள், மூச்சிரைப்போடு

மீண்டும் மீண்டும் அதே கேள்வியைக் கேட்டான். நானும் "ஆம்" எனப் பதிலளித்தபடியே இருந்தேன்.

நேரம் செல்லச்செல்ல, அவனது முட்டாள்தனத்தோடு சேர்ந்து, சுகமாக இருப்பதாக நான் தொடர்ந்து அளித்த வாக்குறுதி உண்மைதான் எனும் அவனது நம்பிக்கையும் வளர்ந்தபடியே இருந்தது. ஒவ்வொருமுறையும் நான் "ஆமாம்" எனும்போதும் கண்கள் ஒளிவிட ஒரு முட்டாளைப்போல என்னைப் பார்ப்பான். அடுத்த நொடியே, முன்பைக்காட்டிலும் அதிக எடையோடு அவனது உடலை என்மீது அழுத்துவான். இதற்குமேலும் என்னால் பொறுத்துக்கொள்ள முடியாது எனும் நிலைவந்தது. அதே முட்டாள்தனமான கேள்வியை மீண்டும் அவன் கேட்கும் தருணம் வந்தபோது, நான் ஆத்திரத்துடன்,

"இல்லை" எனப் பதிலளித்தேன்.

பணத்தை அவன் என்னிடம் நீட்டியபோதும் நான் அவன்மீது அதே வெறித்தனமான கோபத்துடன் இருந்தேன். அவன் கையிலிருந்த பணத்தாள்களை பிடுங்கினேன், பெருஞ்சீற்றத்துடன் அவற்றை சுக்குநூறாகக் கிழித்தெறிந்தேன்.

முதன்முறையாக பியாஸ்தரை என் விரல்களில் பற்றியிருந்தபோது எனக்குள் ஏற்பட்ட அதே உணர்வுதான் இப்போது பணத்தாள்களை ஏந்தும்போதும் தோன்றியது. பணத்தை சுக்குநூறாகக் கிழித்த என் கைகள், என் கண்களை மறைத்திருந்த கடைசித் திரையையும் கிழித்தெறிந்தது. திரை கிழிந்ததும் இத்தனை நாளும் என்னைக் குழப்பி வந்திருந்த உண்மையான புதிரும் அவிழ்ந்து என் கண்முன்னே புலப்பட்டது. பல வருடங்களுக்குமுன்னர் என் தந்தை முதன்முறையாக என்னிடம் ஒரு பியாஸ்தரை கொடுத்தபோதே நான் அறிந்துகொண்ட உண்மையை மீண்டும் ஒருமுறை கண்டுணர்ந்தேன். என் கைகளில் எஞ்சியிருந்த பணத்தையும், இரட்டிப்பு ஆத்திரத்துடன் சுக்குநூறாக கிழித்துப்போட்டேன். என்னிடமிருந்த பணம் அனைத்தையும் அழித்துவிடவேண்டுமென நினைத்தேன். என் தந்தை கொடுத்த பியாஸ்தர், என் மாமா கொடுத்த பியாஸ்தர், நான் இதுவரை அறிந்திருந்த அனைத்து பியாஸ்தர்களையும் அழிப்பதோடல்லாமல், எனது மாமா, எனது கணவர், மர்சோக், பயோமி, தியா, இப்ராகிம் என வரிசையாக இதுநாள்வரை என் வாழ்வில் அறிந்திருந்த அனைத்து ஆண்களையும்கூட

இதன்மூலம் அழித்தொழிப்பதாக உணர்ந்தேன். இந்த ஆண்களின் ஒற்றைச்சுவடுகூட என்னிடமிருந்து மறைந்துபோகவேண்டுமென விரும்பினேன், அவர்கள் கொடுத்த பியாஸ்தர்களின் சுவடுகள்கூட என் விரல்களில் இருந்து அழியவேண்டுமெனவும் விரும்பியதாலேயே என் கைவிரல்களின் சதை பிய்ந்து எலும்புகள் மட்டுமே மீதமிருந்தாலும் கவலையில்லையென அந்தப் பணத்தாள்களை வெறித்தனமாகக் கிழித்தெறிந்தேன்.

பணக்கட்டை ஒட்டுமொத்தமாக நான் கிழித்தெறிவதைக் கண்டு, அவனது விழிகள் திகைப்பில் விரிந்தன.

"நீ நிச்சயமாக ஓர் இளவரசிதான். இதை நீ முதன்முதலாகச் சொன்னபோது நான் ஏன் அதை நம்பாமல் போனேன்?" என்றான்.

"நானொன்றும் இளவரசியல்ல!" எனக் கோபத்துடன் கூறினேன்.

"முதலில், நீயொரு விபச்சாரி எனத்தான் எண்ணினேன்."

"நான் விபச்சாரியல்ல. ஆனால் எனக்கு நினைவுதெரிந்த நாள்முதலே எனது தந்தையும், என் மாமாவும், என் கணவரும், மற்ற ஆண்கள் அனைவரும்கூட, நான் ஒரு விபச்சாரியாக உருவாகவேண்டுமெனத்தான் எனக்குக் கற்றுத்தந்துள்ளனர்."

என்னை மீண்டும் பார்த்த இளவரசன் சிரித்தபடியே, "நீ பொய் சொல்கிறாய். நீ யாரோவொரு மன்னரின் மகள்தான் என்பதை உன் முகமே காட்டிக்கொடுத்துவிடுகிறது" என்றான்.

"ஒரே ஒரு விஷயத்தை மட்டும் தவிர்த்துவிட்டுப் பார்த்தால், என் தந்தையும்கூட ஒரு மன்னர்தான்."

"அது என்ன விஷயம்?"

"கொலை செய்ய அவர் எனக்கு கற்றுக் கொடுத்ததே இல்லை. அது ஒன்றை மட்டும் நானே என் வாழ்வில் கற்றுக்கொள்ள வேண்டுமென விட்டுவிட்டார்."

"கொலை செய்ய உன் வாழ்வு உனக்குக் கற்றுக் கொடுத்துவிட்டதா?"

"ஆமாம், கற்றுக் கொடுத்துவிட்டது."

"இதுவரை எவரையேனும் கொலை செய்திருக்கிறாயா?"

"ஆமாம், கொன்றிருக்கிறேன்."

ஒருநொடி, அவன் என்னை வெறித்துப் பார்த்தான். பிறகு சிரித்தபடியே,

"உன்னைப்போன்ற ஒருத்தி கொலை செய்வாள் என்பதை என்னால் நம்பவே முடியவில்லை" என்றான்.

"ஏன் அப்படி?"

"ஏனெனில், நீ மிக மென்மையானவளாய் இருக்கிறாய்."

"மென்மையானவர்கள் கொலை செய்யமாட்டார்கள் என யார் சொன்னது?"

மீண்டும் என் விழிகளை உற்றுப்பார்த்தவன், மீண்டும் சிரித்தபடியே, "ஒரு கொசுவைக் கூட உன்னால் கொல்லமுடியுமா என எனக்குச் சந்தேகமாக இருக்கிறது?" என்றான்.

"நான் ஒரு கொசுவைக் கொல்லமாட்டேன், ஆனால் ஒரு மனிதனைக் கொல்வேன்."

மீண்டும் என்னை வெறித்துப் பார்த்தான். முன்னிலும் விரைவாக, "நான் இதை நம்பமாட்டேன்" என்றான்.

"நான் என்ன செய்தால், நான் கூறுவது உண்மையென உன்னை நம்பவைக்க முடியும்?"

"நீ அதை எப்படிச் செய்வாய் எனவும் எனக்குத் தெரியவில்லை."

எனவே, எனது கையை என் தலைக்கும்மேலே உயரத்தூக்கி, அவன் முகத்தில் பலமாக இறக்கினேன்.

"நான் உன்னை அறைந்துவிட்டேன் என்பதை நீ இப்போது நம்பித்தான் ஆக வேண்டும். இதேபோன்ற எளிதான செயல்தான் உன் கழுத்தில் ஒரு கத்தியை செருகுவதும், அதற்கும் இதே அசைவு போதுமானதாகும்."

இந்தமுறை அவன் என்னைப் பார்த்தபோது, அவன் விழிகள் நிறைய அச்சம் குடிகொண்டிருந்தது.

நான், "ஒரு பூச்சியைப்போல நீயும் ஒரு அற்பமான ஜந்துதான், பட்டினிகிடக்கும் உன் நாட்டு மக்களிடமிருந்து ஆயிரக்கணக்கில் பிடுங்கி அந்தப் பணத்தை

விபச்சாரிகளுக்குகொட்டிக் கொடுக்கும் ஒருவன்தான் நீ என்பதால், உன்னைக் கொல்வதற்கு நான் முற்றிலும் தகுதியானவள் என்பதை இப்போதேனும் நீ நம்புவாய் என எண்ணுகிறேன்" என்றேன்.

மீண்டும் என் கையை உயர்த்தும் முன்பே, ஆபத்தில் சிக்கிக்கொண்ட பெண் பீதியில் வீறிடுவதைப்போல அவன் அலறினான். காவல்துறையினர் அங்கு வரும்வரை அவன் அலறுவதை நிறுத்தவேயில்லை.

"அவளை விடாதீர்கள், அவளொரு குற்றவாளி, குற்றவாளி" எனக் காவலர்களிடம் கூறினான்.

"அவர் கூறுவது உண்மைதானா?" என, என்னிடம் அவர்கள் கேட்டனர்.

"நானொரு கொலைகாரிதான். ஆனால் எந்தக் குற்றத்தையும் நான் செய்யவில்லை. உங்களைப்போலவே நானும் குற்றவாளிகளை மட்டுமே கொல்லுவேன்."

"ஆனால் இவரொரு இளவரசர், வீரர். இவர் குற்றவாளி அல்ல."

"நீங்கள் பார்க்கும்விதத்தில் நான் எதையும் பார்ப்பதில்லை என்பதால், மன்னர்கள் மற்றும் இளவரசர்களின் வீரதீரச் செயல்களும்கூட என்வரையில் குற்றங்களே."

"நீயொரு குற்றவாளி" என்றவர்கள், தொடர்ந்து "உன் தாய் ஒரு குற்றவாளி" என்றனர்.

"என் தாய் குற்றவாளியல்ல. உண்மையில், எந்தவொரு பெண்ணுமே குற்றவாளியல்ல. ஒரு ஆண்தான் குற்றவாளியாக இருக்கமுடியும்."

"இங்கே பார், நீ என்னதான் கூற வருகிறாய்?"

"நீங்கள் அனைவருமே குற்றவாளிகள்தான் என்கிறேன். தந்தைகள், மாமன்மார்கள், கணவர்கள், விபச்சாரத் தரகர்கள், வக்கீல்கள், மருத்துவர்கள், பத்திரிகையாளர்கள் மற்றும் அனைத்துத் தொழில்களையும் புரியும் அனைத்து ஆண்களுமே குற்றவாளிகள்தான் எனக் கூறுகிறேன்."

"நீ கொடூரமானவள், அபாயகரமான பெண்" என்றனர்.

"நான் உண்மையைப் பேசுகிறேன். உண்மை எப்போதும் கொடூரமாகவும் அபாயகரமாகவும்தான் இருக்கும்."

எனது மணிக்கட்டுகளைச் சுற்றி இரும்பாலான விலங்குகளைப் பிணைத்து சிறைக்கு அழைத்துச்சென்றனர். ஜன்னல்களும் கதவுகளும் அடைக்கப்பட்டிருந்த ஒரு தனிச்சிறையில் என்னைப் பூட்டினர். ஏன், என்னைக் கண்டு அவர்கள் அத்தனை அஞ்சினர் என்பதை நானறிவேன். அவர்களின் முகமூடிகளைக் கிழித்து, அவர்களுடைய அசிங்கமான உண்மைமுகத்தை உலகிற்குக் காட்டிய ஒரே பெண் நான்தான். ஒரு நாளுக்கு, ஆயிரக்கணக்கான மக்கள் கொல்லப்படும் நாட்டில், ஒரே ஒரு ஆணைக் கொன்றதற்காக அவர்கள் எனக்கு மரண தண்டனை விதிக்கவில்லை. மாறாக, நான் உயிருடன் இருப்பது அவர்களுக்கு ஆபத்து என அஞ்சியே எனக்கு மரண தண்டனையை தீர்ப்பளித்துள்ளார்கள். நான் அவர்களையும் கொல்லக்கூடும் என்பதால், நான் உயிரோடு இருக்கும்வரை அவர்களின் உயிருக்குப் பாதுகாப்பில்லை என்பதை அவர்கள் அறிந்தேயிருந்தார்கள். எனது வாழ்வு அவர்களின் மரணம். எனது மரணம் அவர்களின் வாழ்வு. அவர்கள் வாழ விரும்பினர். அவர்களைப் பொறுத்தவரை வாழ்வென்பது நிறைய குற்றம், நிறைய கொள்ளை, கணக்கற்ற செல்வம் என்பவையே ஆகும். இனியும் வாழ்வதற்கு நான் விரும்பவில்லை என்பதாலும், இறப்பதற்கும் நான் அஞ்சவில்லை என்பதாலும் வாழ்வு, மரணம் இரண்டையும் நான் வெற்றி கொண்டு விட்டேன். எனக்கு எதுவுமே தேவையில்லை. எனக்கு எதன்மீதும் நம்பிக்கையில்லை. நான் எதைக்கண்டும் அஞ்சவில்லை. எனவே, நான் சுதந்திரமாக இருந்தேன். இந்த வாழ்வில், நமது விருப்பங்களும், நமது நம்பிக்கைகளும், நமது அச்சங்களும்தான் நம்மை அடிமைப்படுத்திவைத்துள்ளன. நான் அனுபவித்த அந்த சுதந்திரம் அவர்களுக்கு ஆத்திரமூட்டியது. நான் விரும்பும், அஞ்சும், நம்பும் ஏதேனும் உள்ளதா என அவர்கள் தேடினர். அப்படியேதும் இல்லாததாலேயே, இனியும் என்னை அடிமைப்படுத்தமுடியாது என்பதை அவர்கள் அறிந்துகொண்டனர். சிலநாட்கள் கழித்து அவர்களுள் ஒருவர் என்னிடம் வந்து,

"நீ புரிந்த குற்றத்திற்காக உன்னை மன்னித்து விடுவிக்கச் சொல்லி ஜனாதிபதிக்கு ஒரு கோரிக்கை மனுவை நீ எழுதினாயானால், உன் விடுதலைக்கு வாய்ப்புள்ளது" என்றார்.

"இங்கிருந்து விடுதலை அடைய எனக்கு விருப்பமில்லை. எனது குற்றத்திற்காக எனக்கு மன்னிப்பும் தேவையில்லை. ஏனெனில், நீங்கள் அனைவரும் எனது குற்றம் எனக்கூறும் ஒன்று என்வரையில் குற்றமே அல்ல" என்றேன்.

"நீயொரு மனிதனைக் கொன்றிருக்கிறாய்."

"விடுதலையாகி மீண்டும் வெளியே சென்றாலும் கொலை செய்வதை நான் நிறுத்தப் போவதில்லை. அப்படியிருக்கும்போது, நான் மன்னிப்புக் கோரி ஜனாதிபதிக்கு கோரிக்கை மனு அனுப்புவதில் என்ன பயன் இருக்கப்போகிறது."

"நீயொரு குற்றவாளி. நீ சாகத்தான் வேண்டும்."

"அனைவரும் சாகத்தான் வேண்டும். நீங்கள் செய்த ஏதோவொரு குற்றத்திற்காக நான் இறப்பதைவிடவும் நான் செய்த குற்றத்திற்காக இறப்பதையே நான் விரும்புகிறேன்."

இப்போது, நான் அவர்களுக்காக காத்துக் கொண்டிருக்கிறேன். என்னை அழைத்துச் செல்வதற்காக இன்னும் சிறிதுநேரத்தில் அவர்கள் வந்துவிடுவார்கள். நாளை காலை நான் இங்கு இருக்கமாட்டேன். எவராலும் அறியமுடியாத இடத்தில் நான் இருப்பேன். மன்னரோ, இளவரசரோ, ஆள்பவரோ, இவ்வுலகில் வாழும் எவருமே அறியாத ஓர் இடத்திற்கான, யாரும் அறியாத இலக்கை நோக்கிய எனது இந்தப் பயணம், எனக்குப் பெருமிதத்தையே தருகிறது. என்னைப் பெருமிதம்கொள்ளச்செய்யும் ஒன்றைத் தேடியே என் வாழ்நாள் முழுவதுமே நான் அலைந்துகொண்டிருந்தேன், மற்ற எவரையும்விட. முக்கியமாக மன்னர்கள், இளவரசர்கள் மற்றும் ஆள்பவர்களின் தலைகளைவிட என் தலையை உயர்த்தச்செய்யும் பெருமைமிக்க ஒரு செயலைப் புரியவே நான் ஏங்கினேன். இவர்களுள் எவருடைய புகைப்படத்தையேனும் நான் செய்தித்தாள்களில் காண நேர்ந்தால், படத்திலிருக்கும் முகத்தில் காறி உமிழ்வேன். என் சமையலறை அடுக்குகளில் விரிப்பதற்கக நான் எடுத்துவைத்திருந்த பழைய செய்தித்தாள்தான் அது. அதுவொரு காகிதத்துண்டு மட்டுமே என நானறிந்திருந்த போதும், ஒவ்வொருமுறையும் அவர்களின் முகத்தைக் காணும்போது அதில் உமிழ்வேன், பின்னர் அந்த எச்சிலை அங்கேயே உலர விட்டுவிடுவேன். நான்

இவ்வாறு புகைப்படத்தின்மீது உமிழ்வதைக்காணும் எவரும், புகைப்படத்தில் இருக்கும் அந்த மனிதனை நான் தனிப்பட்டமுறையில் அறிவேன் என நினைக்கக்கூடும். உண்மையில், அவனை நான் அறிந்திருக்கமாட்டேன். இத்தனைக்கும் நானொரு தனிப்பெண் மட்டுமே. அவள் யாராக இருப்பினும், ஒரு தனிப்பெண்ணால், செய்தித்தாள்களில் புகைப்படங்கள் வெளியாகும் அனைத்து ஆண்களையும் அறிந்திருக்கமுடியாது. ஆம், அவள் யாராக இருப்பினும், அது முடியாது. நானொரு வெற்றிகரமான விபச்சாரிதான். ஆனால் ஒரு விபச்சாரி, எத்தனை வெற்றிகரமானவளாக இருந்தபோதும் அவளால் அனைத்து ஆண்களையும் அறிந்திருக்கமுடியாது. ஆனால் நான் சந்தித்த அனைத்து ஆண்களின்மீதும் எனக்கொரு பெரும் விருப்பம் இருந்தது. எனது கையை என் தலைக்கும் மேலே உயர்த்தி, அவன் முகத்தில் ஓங்கி அறையவேண்டும் எனும் விருப்பம்தான் அது. ஆனால் இவ்வாறு ஆண்களுக்கு எதிராக என் கையை உயர்த்த நான் அஞ்சினேன். இதைச் செயற்படுத்துவது மிகவும் கடினமான காரியமென என் அச்சம் என்னைக் கருத வைத்தது. முதன்முதலாக என் கையை உயர்த்தும் வரையில், இந்த அச்சத்தை எப்படி விலக்குவது என எனக்குத் தெரியாமல்தான் இருந்தது. என் கையை உயர்த்தி இறக்கியதும் என் அச்சம் சிதைந்துபோனது. நான் நினைத்ததைவிடவும் மிக எளிதான செயல் இது எனப் புரிந்தது. இப்போது, என் கையை உயர்த்தி இவர்களில் ஒருவனின் முகத்தில் பலமாக இறக்குவதென்பது எனக்கொன்றும் அத்தனை கடினமான காரியமாக இனியும் இருக்கப்போவதில்லை. எனது கையின் இயக்கம் வெகு இலகுவாக மாறியிருந்தது, ஒரு கூர்கத்தியை எவருடைய நெஞ்சுக்குள்ளேனும் செருகி உருவியெடுத்துவிடும் அளவிற்கு. என் கையில் இருக்கும் எதையும் என்னால் எளிதாகக் கையாள முடிந்தது. நுரையீரலுக்குள் காற்று நுழைந்து வெளியேறும் எளிய காரியம்போல் என்னால் அந்தக் கத்தியைச் செருகி வெளியே எடுக்கமுடிந்தது. எவ்விதத் தடங்கலும் இல்லாமல் என்னால் இப்போது உண்மை பேசமுடிகிறது. ஏனெனில் உண்மை எப்போதும் சுலபமானது, எளிமையானது. மேலும் அதன் எளிமையில்தான் அதன் கொடூரத்தன்மையும் உள்ளது. இத்தனை வருடப் போராட்டங்களின்பின்பே வாழ்வின் இந்தக் கொடூரமான, ஆதி உண்மைகளை நோக்கி நான் வந்தடைந்திருக்கிறேன். சில வருடங்களுக்குள்ளாகவே வாழ்வின் இந்த எளிய,

அற்புதமான, சக்திவாய்ந்த உண்மையிடம் மிகச்சிலரே வந்தடைவர். அந்த உண்மையிடம் வந்தடைந்தவர்கள் அதற்குப்பிறகு மரணத்திற்கு அஞ்சமாட்டார்கள். ஏனெனில், அபாரமான தைரியம் இருப்பவர்களால் மட்டுமே மரணத்தையும் உண்மையையும் சந்திக்க இயலும். மரணம்போலவே உண்மையும் கொல்லக்கூடியது. கத்தியை உபயோகித்தல்ல, உண்மையை உபயோகித்தே நான் அந்தக் கொலையைச் செய்தேன். அதனாலேதாம், பயந்துபோன அவர்கள், கூடிய விரைவில் என்னைக் கொல்லவேண்டுமெனத் தவிக்கிறார்கள். அவர்களுக்கு என் கத்தியைக் கண்டு பயமில்லை, என் உண்மைதான் அவர்களைப் பெரிதும் அச்சுறுத்துகிறது. மற்றவர்களுக்கு அச்சம்தரும் இந்த உண்மை, எனக்குப் பெரும் பலத்தை அளிக்கிறது. மரணத்தையோ, வாழ்வையோ, பசியையோ, நிர்வாணத்தையோ, அழிவையோ கண்டு நான் அஞ்சிடாவண்ணம், இந்த உண்மை என்னைக் காக்கிறது. ஆள்பவர்கள் மற்றும் காவல்துறையினரின் கொடுமைகளைக் கண்டு நான் அஞ்சிடாதவாறு, அவர்களுக்கு அச்சம்தரும் இந்த உண்மையே என்னைக் காக்கிறது.

இதனாலேதாம், பொய்யுரைக்கும் அவர்களின் முகங்களின்மீது, வார்த்தைகளின்மீது, பொய்யுரைக்கும் அவர்களின் செய்தித்தாள்களின்மீது நான் மிக எளிதாகக் காறியுமிழ்ந்து விடுகிறேன்.

3

கனவில் ஒலித்த குரல்போல, பிர்தவ்ஸின் குரலில் திடீரென ஒரு அமைதி கவிந்தது. உறக்கத்தில் அசைபவரைப்போல எனது உடலை நகர்த்தினேன். எனக்குக்கீழே இருந்தது படுக்கையல்ல; தரையைப்போல திண்மையான ஏதோவொன்று, தரையைப்போல் குளுமையான ஏதோவொன்றுதான் இருந்தது. ஆனால் அதன் குளுமையால் என்னுடலைத் தீண்ட முடியவில்லை. கனவில் தெரியும் கடலின் குளுமையாக அது இருந்தது. அதன் நீரின் ஊடாக நான் நீந்திச்சென்றேன். நிர்வாணமாக இருந்த எனக்கு நீச்சலும் தெரிந்திருக்கவில்லை. ஆனாலும் நீரின் குளுமை எனக்கு உறைக்கவில்லை, நான் நீருக்குள் மூழ்கவுமில்லை. அவருடைய குரல் இப்போது நிசப்தமாக இருந்தது. ஆனால் எங்கோ தொலைவிலிருந்து வரும் ஒலிபோல் அவருடைய குரல் என் காதுகளுக்குள் எதிரொலித்தபடியே இருந்தது. கனவில் ஒலிக்கும் குரல்கள்போல அருகிலிருந்துதான் அந்தக் குரல் எழுந்தது எனும்போதும், எங்கோ தொலைவிலிருந்து ஒலிப்பதைப்போல தோன்றியது அல்லது தொலைவிலிருந்து எழுந்தபோதும் அருகில் ஒலிப்பதுபோல் இருந்தது. உண்மையில், அக்குரல்கள், எங்கிருந்து வருகின்றன என்பதை நம்மால் அறியமுடியாது. மேலிருந்தோ அல்லது கீழிருந்தோ எழுந்தது. வலமிருந்தோ அல்லது இடமிருந்தோ எழுந்தது. அக்குரல்கள், பூமியின் ஆழத்திலிருந்து எழுவதாகவோ, கூரையிலிருந்தோ அல்லது சொர்க்கங்களிலிருந்தோ விழுவதைப்போலவும் நமக்குத் தோன்றும். வெட்டவெளியில் வீசும் காற்று நம் காதுகளை வந்தடைவதைப்போல அக்குரல்கள், அனைத்துத் திசைகளிலிருந்தும் நம்மை நோக்கி வருவதாகத் தோற்றமளிக்கும். ஆனால் என் காதுகளுக்குள் புகும் காற்று அல்ல அது. இதோ, என்னெதிரில் தரையில் அமர்ந்திருக்கும் இந்தப்பெண் நிஜமான பெண்தான். என் காதுகளை நிறைக்கும் இந்த ஒலி, ஜன்னல்களும் கதவுகளும் அடைக்கப்பட்டிருக்கும் இந்த தனிச்சிறையில் எதிரொலிக்கும் இந்த ஒலி, நிஜக்குரலின் ஒலிதான்.

சர்வநிச்சயமாக நான் விழித்துக்கொண்டுதான் இருந்தேன். திடீரென கதவு திறந்தது, ஆயுதம் ஏந்திய பல காவலர்கள் வெளியே நின்றிருந்தனர். அவர்கள் அனைவரும் பிர்தவ்ஸை சுற்றி நின்றுகொண்டனர். அவரிடம்,

“போகலாம்... உன் நேரம் வந்துவிட்டது.” என்றனர்.

அவர்களுடன் அவர் வெளியேறுவதைக் கண்டேன். பிறகு, அவரை நான் பார்க்கவேயில்லை. ஆனால் அவருடைய குரல், எனது காதுகளுக்குள் எதிரொலித்தபடியே இருந்தது. எனது தலைக்குள், தனிச்சிறைக்குள், சிறைச்சாலைக்குள், தெருக்களில், ஒட்டுமொத்த உலகம் முழுவதுமே அந்தக் குரல் எதிரொலித்தது, அனைத்தையும் நடுநடுங்கச் செய்தது, அக்குரல் சென்ற இடங்களிலெல்லாம் அச்சத்தைப் பரப்பியது, கொல்லும் உண்மைமீதான அச்சத்தைப் பரப்பியது, கொடூரமும் எளிமையும் மரணத்தின் அச்சத்தையும் கொண்டிருந்தபோதும், இன்னமும் பொய் பேசப் பழகிடாத மழலையைப் போன்று மென்மையும் எளிமையும் கொண்டிருந்த உண்மையின் சக்தியையும் அக்குரல் எதிரொலித்தது.

இவ்வுலகம் முழுவதும் பொய்களால் நிரம்பியுள்ளதால், அதற்கான விலையை அவள் கொடுக்கவேண்டியிருந்தது.

நிலத்தில் என் பார்வையைப் பதித்தபடியே என் சிறு காருக்குள் ஏறிக்கொண்டேன். அவமானமாக உணர்ந்தேன். என்னை எண்ணி, என் வாழ்வை எண்ணி, என் அச்சங்களை எண்ணி, என் பொய்களை எண்ணி அவமானமடைந்தேன். தெருக்கள் முழுவதும் மக்கள் பரபரப்பாக இயங்கிக் கொண்டிருந்தனர். மரத்தட்டிகளில் தொங்கவிடப்பட்டிருந்த செய்தித்தாள்களில் அன்றைய தலைப்புச்செய்திகள் அலறின. நான் சென்ற ஒவ்வொரு இடத்திலும் பொய்களைக் கண்டேன், போலித்தனம் எங்கும் நிறைந்திருப்பதைக் கண்டேன். இந்த மொத்த உலகையும் மிதித்துக் கொன்றுவிடும் ரௌத்திரத்துடன் காரின் ஆக்சிலேட்டரை அழுத்தினேன். ஆனால் அடுத்தநொடியே, பாதத்தை விலக்கி காரின் பிரேக்கை மிதித்தேன், கார் நின்றது.

அந்த நொடியில்தான், என்னைவிடவும் மிகுந்த வீரமிக்கவர் பிர்தவ்ஸ் என்பதை அறிந்துகொண்டேன்.